NĂM LĂM NĂM
LÀM THƠ YÊU EM

NĂM LĂM NĂM LÀM THƠ YÊU EM
Thơ Đặng Kim Côn

Bìa: Nguyên Minh
Tranh bìa: THIẾU NỮ – Nguyễn Trọng Khôi
Chân dung bìa sau: Lê Thanh
Phụ bản: Trương Đình Uyên, Lê Thanh, Thục Vy
Dàn trang: Công Nguyễn

NHÂN ẢNH xuất bản 2023
ISBN: 9781088137093

ĐẶNG KIM CÔN

NĂM LĂM NĂM LÀM THƠ YÊU EM

THƠ

NHÂN ẢNH 2023

Chậm em nhé, đi nhanh đường e hết
Cho nụ hồng hàm tiếu mãi trên môi...
(ĐKC)

Buổi Sáng Vườn Hồng

Nâng niu buổi sáng cành sương mỏng
Những cánh môi hồng ngan ngát hương
Nụ cười chân sáo em về lớp
Bỏ lại vườn hoa vạt nắng buồn.

Những đóa hồng vươn trong gió sớm
Cả vườn như ấm dấu chân em
Đám gai nhọn hoắc rào quanh mộng
Có sắp làm đau chút mộng hiền?

Em ngồi trong lớp mơ hoa nắng
Thả xuống vườn hoa những nụ cười
Những vàng những đỏ còn mê ngủ
Dậy vội vàng tung giọt nắng tươi.

Những nhánh hồng vươn tay tới trước
Mở cho em những sớm mai hồng
Những con đường ngọt ngào màu sắc
Dẫn ta vào những cánh đồng xuân.

1968

Dốc Xưa

Dốc xưa cao lối em mơ
Đứng bên ngựa gỗ người về xa không
Nữa mai tay bế tay bồng
Ngựa ô đi trước ngựa hồng theo sau.

1969

Mắt Xưa

Xưa em ngõ vắng một mình
Ta nghe tim nhỏ tỏ tình lá cây
Hồn ta lạ suốt cơn say
Rượu ta mấy cũng không đầy mắt xưa.

1970

Em Xưa

Bước cao bước thấp chập chùng
Nao nao hạt bụi bay vòng dốc xưa
Ngập đời cay đắng nhau chưa
Em xưa, xưa đã đủ mờ dốc cao?
Mòn chưa những dấu chân đau
Quắt quay ta giữa biển dâu một mình.

1970

Lắng

Có khi lòng bỗng dưng thèm chút nắng
Không phải là thôi nhớ mưa sau lưng
Là em biết lòng mình chợt lắng
Yêu nhường nào, cũng trả lại người dưng

1971

Nguyễn Huệ, Mai Về

Mai Nguyễn Huệ, anh về, thơ thẩn nhớ
Như hàng cây phượng vĩ đứng lơ ngơ
Ghế đá quen, một phía lạnh bao giờ
Sẽ đâu nữa tiếng chân ai khẽ bước!

Sân trường cũ, những lần chung buổi học
Nụ cười ai khúc khích bên vai
Bàn tay ai bịt mắt, đố ai
Gỡ từng ngón, bầu trời xanh bối rối.

Những đôi tim trên mặt bàn khắc vội
Những trang thư trong hộc giả vờ quên
Chỗ ngồi chung, anh sáng, chiều em
Nên đến lớp nghiện như là đến hẹn.

Ngày tháng cũ, như nhà em, khép kín
Rượu hồng em, rừng núi anh say
Những con đường từ đó cuồng quay
Nghe tiếng súng tưởng chừng nghe pháo nổ.

Nguyễn Huệ, mai về, những con đường nhỏ
Lê Quí Đôn, Hoàng Diệu, Trần Cao Vân...
Áo nào thôi vạt gió quấn bên chân
Nghe lòng vắng như sân trường mùa hạ.

1970

Núi Bé Người Đi Người Đến

Mốt mai ta xa Diêu Trì
Đêm đêm Núi Bé gọi Tuy Hòa về
Cù Mông hai nửa trời chia
Hai vành trăng vỡ từng khuya mộng tròn
Xa gì trăm cây số đường
Mà trôi như suối bỏ nguồn về sông
Như viên đạn ra khỏi nòng
Chia hồn kẻ ở, quặn lòng người đi

Mốt mai ta xa Diêu Trì
Em về Núi Bé nhớ gì hôm nay
Chiều chiều dõi một bóng mây
Đâu đây tiếng súng còn say núi rừng.

1971

Thất Tình Ca

Thất tình, thất tình ta vào trong quán
Gọi một filtre đen ngồi uống một mình
Cô hàng cafe' bỗng dưng duyên dáng
Ta ghẹo ta chơi rồi ta làm thinh.

Ta cởi đôi giày gác chân lên ghế
Đôi chân ở rừng đã mốc như tro
Da em trắng như cuộc tình nhân thế
Đụ má! đến yêu cũng chẳng ra trò.

Em ngạo nghễ, bập bùng theo tiếng nhạc
Em nhởn nhơ rơi từng giọt trong ly
Em trêu ngươi ta những vòng tròn khói
Em lập lòe trên đóm thuốc thầm thì.

Ta thọc tay trong túi quần ra phố
Và đi không ngừng như đi hành quân
Em không chết đi cho ta đỡ khổ
Để ta nhớ em hơn phải nhớ rừng.

Mai còn thất tình ta đi cạo đầu
Vất mẹ nó đi những buồn, những đau
Mai còn thất tình ta đi uống rượu
Nữa sẽ quên em khi về rừng sâu.

1972

Như Núi Rừng Ta Mưa

Em ngồi bên mộ vắng
Chiều rấm rứt mây bay
Nhìn con thơ nghịch bóng
Bụi nào trong mắt cay.

Tháng ngày em có lạ
Lòng cứ xa cách lòng
Bao nhiêu điều chưa nói
Sẽ... một ngày hay không?

Ngày xưa như xác lá
Vùi sâu kỷ niệm mình
Dưới gót đời trôi nổi
Lá vàng chen lá xanh.

Núi rừng ta mải miết
Như hôm qua, một người
Cũng đành thôi, cát bụi
Vâng, cũng đành! Lá rơi.

*Từ em về bên ấy
Đã đành là cố quên
Mỗi mưa rừng, gió núi
Thoáng buồn (như không tên).*

*Bàn tay nào vẫy đưa
Núi rừng ơi, bao giờ?
(Khói trầm nhang đỏ mắt
Đất trời ai chuyển mưa).*

*Đường ai, đành, cát bụi
Để em thôi ngóng chừng
Ta như giòng suối lạnh
Soi bóng chiều bâng khuâng.*

*Từng bước về nhắc nhớ
Những lần đưa đón xưa
Không quên, em lại khóc
Như núi rừng ta mưa.*

1973

Thay Mùa

Năm năm, ta lại về bên biển
Tình bỗng động trên ngọn bạc đầu
Đêm có sáng vì đôi mắt đỏ
Em cũng vừa dỗ kịp cơn đau.

Ta cũng vừa níu năm năm lại
Rải những vì sao lên cát mơ
Để biển vẫn hồn nhiên thở sóng
Và để em khỏa gió thay mùa.

Em không còn mùa mong mùa nhớ
Đông lạnh lùng và thu hoang liêu
Có lẽ ngày mai không tới nữa
Để em còn một mùa thương yêu.

1974

Giá Như... Thì Thôi... Đã Lỡ

Lẽ nào đổ thừa con dốc
Bên này không thấy bên kia
Nên khi đời tuôn xuống cuối
Là hai lối đã chia lìa

Cuối dốc nhớ về đỉnh dốc
Tù mù mây nổi hôm qua
Con đường như theo mây, lạc
Em đi. Anh bỏ quê nhà.

Để ai về bên dốc vắng
Gọi ngày xưa mãi không cùng
Suối sông, núi rừng thầm lặng
Tình nào sông núi núi sông!

Khi em về bên kia dốc
Thấy gì lòng dốc bên nay
Xốn xang bờ vai sợi tóc
Một chiều nào dựa mưa bay

Con dốc theo giòng sông chảy
Chập chùng trôi giữa đời mơ
Giá như... thì thôi... cũng lỡ
Nhớ gì cũng đã ngày xưa

Hỏi đời bày chi muôn hướng
Mà đi như dại như cuồng
Có ai đổ thừa lòng dốc
Sao lòng ai chiều mưa tuôn?

Để giày shaut mòn quên mỏi
Ba-lô một dốc xưa sầu
Nắng mưa, đạn bom, rừng núi
Đi hoài. Em đâu? Ta đâu?

1975

Con Dốc
(Nhạc "Đôi Mắt Ấy Và Con Dốc Ấy" Trần Quang Lộc phổ)

Đôi mắt ấy có nhìn theo không?
Một thoáng mừng vui thoáng ngại ngùng
Tim ta vừa đổ lăn theo dốc
Em có mơ hồ chút đợi mong?

Đôi mắt ấy có nhìn theo không?
Nửa muốn xuôi nhanh nửa ngập ngừng
Chiều nay em đứng chi lưng dốc
Như đá nghìn năm đỉnh núi trông.

Nhà em sao ở chi lưng dốc
Mỗi dốc lên mấy thuở nhọc nhằn
Mỗi dốc đổ đời trôi vội vã
Để xốn xang từng sỏi đá lăn.

Chiều xưa em đứng bên lưng dốc
Chờ những hoàng hôn lãng đãng về
Chừng đâu tiếng bước ngàn năm cũ
Còn rộn tim ai sóng hẹn thề.

Chiều nao em bước theo con dốc
Hạt bụi lạnh lùng tuôn bước mau
Rừng núi vô hồn đi mãi miết
Mỏi mòn lưng dốc dấu chân đau.

Để lại hai đầu thương nhớ gánh
Con dốc chập chùng mấy nắng sương
Mấy sông mấy núi oằn lưng ngựa
Đủ ngọt ngào chưa khúc đoạn trường.

Dốc dẫn đời nhau về cuối dốc
Rợp lòng tan tác bức tranh vân
Đôi mắt ấy và con dốc ấy
Biết mấy xa xôi biết mấy gần.

Một thoáng như xa một thoáng gần
Ta về giữa biển lệ đời dâng
Giữa bao đôi mắt phong ba đỏ
Dốc xưa còn ngấn lệ bâng khuâng?

Đôi mắt ấy có nhìn theo không?
Nửa muốn xuôi nhanh nửa muốn dừng
Chông chênh con dốc nghiêng trời đất
Nửa dốc nao nao, nửa dốc rưng.

1976

Tiếng Vọng

Về lối cũ bới tìm trong dâu biển,
Giữa ngàn sao tan tác ngập mồ hoang
Thiên thu ấy, em hóa tình chao liệng,
Gió mây ta lơ lửng mấy thiên đàng.

Tận đầu non, rong rêu chờ hóa đá,
Riêng tim em vẫn ấm nhịp chờ mong...
Khi tượng đá thôi vọng phu bước xuống
Nghe ngày xưa như chợt ấm trong lòng.

Một lần đi bỏ trăm lần lỡ hẹn,
Bao lâu rồi hoa không nở cành mơ?
Nghe mưa vọng trời xa nào nghèn nghẹn,
Gọi bây giờ hay gọi cả ngày xưa?

Để lung linh tiếng muôn trùng vang vọng,
Lung linh em trên mỗi bước anh về.
Mưa đọng lại trên đường xưa sóng nổi,
Soi bóng mình thơ thẩn cuối đường khuya.

1976

Mưa Mắt Mười Năm

Nếu đêm nay anh không về muộn
Hẳn gì trời đã kịp mây giăng
Đường có thể không dài đến sáng
Mưa cũng không về mắt cũ mười năm.

Mưa thật không, mưa có dài không?
Trời muốn lạnh sao ngăn trời nổi
Trong những giọt mưa thầm rất tội
Mười năm, bóng tối nói không cùng.

Để mười năm như sương khói bay
Ôm bóng tối ngọt ngào lạnh xuống
Hãy cứ mặc ngoài kia gió chướng
Chuyện ngày mai là chuyện của ngày mai.

1976

Như Sương Buổi Sáng

Yêu em, cứ ngỡ mình đôi tám
Ngỡ đất trời, mưa nắng cũng yêu nhau
Nhớ em, mới nhớ mình hăm tám
Hăm tám năm còn lạ tiếng yêu đầu.

Đường em đi mây có mù rơi
Hồn em vẫn trong như sương buổi sáng
Để em biết tháng ngày kia dẫu cạn
Một ngày thôi cũng đủ đổi muôn đời.

Nên yêu em chút tình ngượng ngập
Dẫu muộn màmg thì cũng mới đầu tiên
Những rộn ràng, nồng nàn, e ấp
Vẫn xôn xao trong từng giấc mơ em

Để em biết từ lên năm, lên tám
Ta vẫn chờ nhau hai mươi năm
Trên môi thơm nụ tình hăm tám
Vẫn tươi như thuở ấy trăng rằm.

07-5-1976

Tiếng Thầm

Có thể nào như gió thoáng qua song
Chiếc lá cuối vườn rơi tội nghiệp
Cứ tưng tức như vần thơ viết nháp
Nghe mưa nặng hạt mặn trong lòng

Có thể nào trở lại hôm qua
Trả lại em những con đường phẳng lặng
Nắng vẫn rộn ràng trên con dốc vắng
Lá cuối vườn khua thôi ngỡ bước chân xa

Một chút tình cho em bâng khuâng
Không phải để bỗng dưng bật khóc
Nếu nước mắt không "như vu qui nhật"
Lòng đông kia đừng hẹn với mùa xuân

Một chút buồn cho em chiêm bao
Thấy nỗi nhớ sao êm đềm thế
Thấy tình nhau sao ngọt ngào đến lạ
Ngàn năm đâu mà giờ mới tìm nhau?

Có phải thà cứ để tìm nhau
Kiếp trước kiếp sau không là khoảng cách
Hẳn nước mắt không phải là hờn trách
Mà là tiếng mưa thầm thì đêm sâu

1976

Mây Xuống Ven Đời

Bất chợt giữa đường chi, sương khói
Cho cuối đường, mây lớp lớp bay
Con đường dẫn mình đi không lối
Bàn tay không tìm nổi bàn tay

Mây xuống ven đời thơ thẩn trắng
Ngỡ tầm tay chạm, ngỡ ngàn xa
Lên non xuống biển ru xuân mộng
Nghe đất trời dệt gấm thêu hoa

Có giọt lệ nào bên bờ xa rụng
Như ánh mắt chong những nửa đêm sâu
Chiều nao ai hái mây đầu dốc
Thả xuống đời bong bóng vỡ màu

Những bàn tay, những linh hồn chấp chới,
Mình tìm nhau hay trốn nhau đây?
Sóng xa em chưa vỗ bờ đã mỏi
Cuối đường anh mây cứ lặng lờ bay

1976

Con Tấm

Vườn ai lạnh quá, đêm qua
Chờ gì nơi những cành hoa đầu mùa
Giá như trên nụ xanh mơ
Chợt thoang thoảng ấm một bờ môi em
Em, con Tấm, đến im lìm
Giữa đời vắng biết ai tìm ai đây

Một bông hoa lạ, mỗi ngày
Như là thấp thoáng bàn tay cuối trời
Như vần thơ trôi xa xôi
Mà sao hàm tiếu giữa bồi hồi anh!

1976

Theo Tiếng Còi Tàu

Ngày em đi, đêm của anh thức đủ
Mặt trời em nổi giữa hồn anh
Bóng tối đâu không che nổi nhớ
Để gối chăn như bỗng lạnh vô tình

Em đi, tàu bâng khuâng ga lạ
Ngẩn ngơ gì dẫm tim anh đau
Sương anh không theo về phố xá
Thả một mình trăng em sáng phương nào

Nên đêm cứ mệt nhoài mong đợi
Tiếng còi tàu lê thê theo đêm trôi
Thèm chút mộng, mộng không buồn dừng lại
Nghe chênh vênh chiếc bóng một bên trời

Để ngày em, đi hoài không đủ lối,
Chiều xuống chưa mà nắng đã chờ lên
Em nhớ không phòng chúng mình đang tối
Ai thắp cho anh một ngọn đèn

Tiếng còi tàu vọng về bên song cửa
Để nơi này canh giấc nơi kia
Ngủ say nhé cho anh chui vào mộng
Ôm em và hôn nát cả đêm khuya

15-8-1976

Trăng Vỡ

Trông vời vầng trăng xa khuyết
Nghiêng hai con đường quay đi
Ngó quanh những còn, những mất
Đành ai không lần biệt ly!

Em thả hồn mình trên sóng
Bềnh bồng như xác ai trôi
Trôi đi, trôi đi, lệ nóng
Biển thầm bơ vơ trên môi

Khóc nhé, một lần để hết,
Một lần mặn nụ cười khan
Đành trăng tròn rồi lại khuyết
Đã tròn chưa mà vỡ tan?

1976

Có Bao Giờ

Chỉ muốn làm cô Tấm,
Cô đơn trong nhà người
Một chút tình thầm lặng
Bên người. Yêu dấu ơi!

Mỗi ngày em mở cửa
Sẵn trên bàn, tình anh
Tấm mời người dùng bữa
(Nhớ ai mà ngó quanh?)

Có bao giờ em nghĩ
Đâu đây tiếng thở dài
Trong nỗi buồn quả thị
Đã nứt mầm ngày mai.

1976

Bước Thu Đi

Nếu chia ly cứ là bài thơ đẹp,
Em đi! Thôi, ngoảnh lại chi buồn.
Có nuối thêm vài lời tưởng tiếc,
Chân bơ vơ hai lối đã chia đường.

Như chiếc bóng chập chờn bên chiều vắng,
Tiếng bước thu đi vương nắng lạ màu.
Như trăng tròn bỗng đâu nguyệt thực
Đẹp để làm gì khi ta xa nhau?

Biệt ly, mắt vọng về hư ảo,
Em đi như mấy thuở chưa về.
Đau đáu giữa lòng ai, tiếng bước,
Rời rã bên đường, chiếc bóng lê thê.

16-9-1976

Giả Sử

Giả sử bắt đầu một ngày không anh
Chiếc gối ôm có ngỡ ngàng chăn chiếu?
Muốn dựng giường tìm chút gì thiêu thiếu
Trăm năm kia trăn trở, cũng thôi đành.

Có chút mộng như là cơn mê ngủ,
Một chút đêm qua, đã vội vàng xưa
Những giọt lệ mặn xuống điều giả dụ
Có phải ngoài kia trời cũng đang mưa?

Cứ để mưa trên ngày tháng không nhau
Nghĩa là buồn không chỉ riêng trời đất
Sẽ là thương yêu hay là thương đau
Cũng phải bước trên những còn, những mất.

Em không anh, khác gì anh không em
Mây cứ quấn từng giấc mơ ngũ sắc
Có giọt lệ hình trái tim đáy mắt
Lơ lửng, lững lờ trôi đi mông mênh.

9-1976

Cuối Đường

Không nói, không phải không muốn nói
Nói hay không cũng chỉ là mơ
Con tim nào không đầy bóng tối
Bóng tối nào không lắm bất ngờ

Không nói, không phải là không nghĩ,
Thoáng nghĩ thôi đã tội nhau rồi
Cuối đường nào không chia ngã rẽ
Ngã rẽ nào cũng mịt mù thôi

Không nói, không phải lòng không chạnh
Gần hay xa thì sông cũng đôi bờ.
Sông đã lạnh, đôi bờ kia cũng lạnh
Em đi rồi kỷ niệm cũng bơ vơ

Chút rong rêu sắc màu không ấm đủ
Cuối dòng kia là biển hẹn mai nào
Không nói, không phải là không hiểu,
Con dã tràng soi bóng cát chiêm bao.

13-10-1976

Vẩn Vơ

Đôi khi ngồi nghĩ vẩn nghĩ vơ
Xuội lơ luôn những điều muốn nghĩ
Mềm nhũn cả điều đang muốn ấy
Ta là ai mà quên hết ngày xưa

Cũng có khi nói đã, là chưa
Chẳng những chưa, còn không gì ráo trọi
Khi hết vui với những điều nói dối
Lại buồn hơn những lời đẩy đưa!

Lại buồn hơn đang nắng bỗng mưa,
Hơn lúc em ngọt ngào nước mắt
Hôm qua đâu mà hôm nay xa lắc
Tan trong nhau mà hỏi đã gần chưa.

10-1976

Xuân Phai

Một bữa, hai ba bữa
Rồi năm ngày, một tuần
Mười ngày hay mấy tháng,
Nỗi buồn không còn chung

Sẽ một mình làm thơ,
Tặng riêng mình và nhớ
Hôm qua như cơn gió
Em chỉ là ai xưa

Có gì đâu trăn trở
Có gì là mai sau
Ừ, chút tình hư ảo
Vẽ vời chi thêm đau

Cũng đủ rồi cháy bỏng
Ai hiểu gì mây sương
Không tin đâu, nước mắt
Đừng, đủ rồi, yêu thương!

Ừ, đường kia đủ cuối
Thôi, một mình buồn vui
Xuân người phai chi vội
Cứ thênh thang đường người

10-12-1976

Bóng Mây

Mặc chiếc lá cuối mùa rơi lặng lẽ
Mùa xuân kia nhớ gì mùa đông?
Tiếng bước cứ giòn tan xác lá
Mùa lạnh lùng giã biệt có buồn không?

Em lạnh đấy, kéo hộ anh cổ áo
Đường xa kia chừng thiếu một bàn tay
Chuyến tàu ấy lại dừng về ga đợi
Mà người đi như bóng mây bay.

1976

Còn Lại Tiếng Mưa Rơi

Là cám ơn, ừ, cũng cám ơn
Thì như bong bóng mưa trên đường
Nghe từng hơi bấc tan trong áo
Còn đẹp ánh đèn soi phấn son

Xin cám ơn em, một chút vui
Không mong, đêm có chợt xa xôi?
Lời ca nào đọng trên môi ướt
Em đi, bỏ lại tiếng mưa rơi.

Đừng hỏi mưa đang rơi, nghe không
(Mặc mưa, mặc lũ réo trong lòng)
Kéo chăn đắp hộ anh, tình lạnh
Kẻo mộng đêm nay lạc gió đông

Cám ơn từng tiếng thầm, đêm đêm
Lời ca hun hút cuối đường riêng
Tiếng cười rúc rích trong hồn tối
Dội lại từng cơn mưa không tên

12-1976

Quên

Vội một lời quên, dễ vội quên?
Mộng nào còn ấm chiếu chăn em
Không yêu, không nhớ, ai chờ đợi
Một chút vui sao lòng buồn tênh

Dễ một lời quên, đã dễ quên?
Mưa đâu đã kịp tạnh bên thềm
Không mong, không hẹn sao lòng lạnh
Em đi, con đường như xa thêm

Trời đâu còn mưa cho em riêng
Nên đêm dẫu lạnh cũng êm đềm
(Trong mưa, như có tay anh ấm
Ai quên, nhưng mưa không muốn quên)

Nói một lời quên có để quên?
Trong quên, nỗi nhớ đã mông mênh
Giọt mưa chưa kịp khô trên mắt
Lại đọng trong hồn nhau đêm đêm.

12-1976

Như Một Giấc Mơ

Nếu mai kia thôi hẹn vàng bên cửa,
Nghĩa là dốc phố đã tan sương
Chút lệ đêm còn ngậm ngùi, có thể
Nhưng ngày em sẽ rộn nắng trên đường

Nếu ngày ngày những trang thư lạnh vắng
Thì coi như qua một giấc mơ
Những hẹn, những Chu, những thơ, những Vọng
Chỉ còn là chuyện của ngày xưa

Em muốn vui? Cứ là trò đuổi bắt
Có người vui thì hẳn có người buồn
Những bông mai nở trên cành khác
Xuân chớm phai, đâu phải đã tàn xuân.

Mây sẽ tan và trăng vẫn đẹp
(Có trách xuân sao bỏ quên mình?)
Tất nhiên rồi, em sẽ là người khác
Sao phải em là em của anh?

12-1976

CHẦM CHẬM - ĐẶNG THỤC VY

Hạ Màn

Hạ màn lau phấn son thôi
Phân thân những khóc những cười mấy vai
Hôm nay không là ngày mai
Làm sao em đứng được hoài trên dây
Khi cười khóc là hát hay
Vâng, em cứ diễn cho say lòng người
Nửa mắt buồn, nửa mắt vui
Màn sân khấu hạ, màn đời kéo lên

*
Tích tuồng, thôi em, xin quên!

1976

Tàn Trăng

Thế rồi người cũng xa người
Bỏ đêm lạc lõng bên lời dối gian
Năm canh còn một trăng tàn
Cuối đường hắt một bóng vàng võ soi

1976

Sau Bức Màn Nhung

Sau ánh đèn màu ấy
Là ngỡ ngàng phấn son
Vin màn nhung đứng dậy
Tiếng cười đêm héo hon

Em soi mình lạ hoắc
Chập chờn nanh vuốt ai
Mặt gương đời lạnh ngắt
Hồn trôi về một mai

Nụ cười rung góc khuất
Tiếng thở dài, sầu riêng
Tay phải ôm tay trái
Ru mộng đời, bình yên.

Con thiên nga giả chết
Con vịt trời thiên di
Vỗ bàn tay phù thủy
Hóa mặt người cuồng si

Sau ánh đèn màu ấy
Con vịt trời chợt buồn
Con thiên nga vỗ cánh
Bay về đâu yêu thương

1976

Đỉnh Xuân

Thế là, là thế phải không?
Thả trôi đêm lạc theo dòng lang thang
Mấy tầng mây ngập trăng hoang
Một xuân mấy đủ thu vàng lá bay?

Đối xuân nâng chén thu say
Mùa đâu vội chín giữa ngày tháng xanh
Thế là đêm giữa ngày anh
Âu là thế đấy, cũng đành thế thôi.

(Là đêm ngập ngụa trăng trôi
Thu đông lịm giữa đỉnh, rời rã xuân).

1976

Hò Hẹn Bơ Vơ

Một lần thôi.
Sẽ không buồn quay lại?
Những giò lan lủng lẳng
Sắc hương
Những bóng hồng nhởn nhơ
Ta ở nơi nào?

Sắc hương đời
Mấy cho vừa da thịt
Mầu mỡ đợi chờ
Hò hẹn bơ vơ!

1976

Thôi Thì Thế Thôi

Thôi thì trách gì người đi,
Thì thôi, thôi thế thôi thì thế thôi
Trả trăng sao lại cho trời
Trả đêm tối lại cho người mang theo
Người đi nào hẹn mai chiều
Một đi ai biết bóng đìu hiu ai

02-12- 1979

Đường Qua Trường Xưa

Ta về qua dĩ vãng
Sóng gợn từng âm xưa
Có ai bên đời, hẹn?
Mà chân thơ thẩn chờ.

Sợi tóc nào biết khóc,
Trên vai chiều thướt tha
Nghe ngọt ngào tuổi ngọc
Về níu từng ngày xa.

Con đường qua trường xưa
Lạ bước chân về cổng
Nụ xưa nào lạc bóng
Bên trăm năm đợi chờ

1977

Sao Tôi Phải Biết

Tôi không biết những sắc màu tôi thấy là thế nào
trong mắt em
Nên làm sao em hiểu được
Trong mắt tôi thấy gì

Nên làm sao tôi nghĩ được
Bằng những gì trong tim em.
Làm sao bắt được những gì trong giấc mơ
Dự báo, thiên văn, thời tiết
Mưa gió cũng từng không kịp đoán
Bão lũ cũng bất ngờ

Nên sao tôi phải biết chi chuyện đất trời,
Chuyện sắc màu trong mắt em
Chuyện những giấc mơ lạc lõng
Nửa vời.
Như làm sao tôi hiểu
Những bài ca không lời...

1977

Tàu Về Rồi Em Có Về Không

Tàu về rồi em có về không
Áo em xanh hay áo em hồng
Ta lơ ngơ đứng trong phòng đợi
Nghe còi tàu đuổi mắt ra sân.

Tàu về rồi em có về không
Tiếng bước trên ga rộn rã lòng
Từng người khách cuối rời ga vắng
Tàu chạy rồi sao ta còn mong.

Em có về trên chuyến tàu sau
Ta đã chờ em mấy chuyến tàu
Còn bao nhiêu chuyến hôm nay nữa
Ta còn chờ em đến bao lâu?

1978

Sẹo Ta

Những vết sẹo kia chưa bao giờ đau
Bởi chúng không có từ thương tích
Mà từ những bông hoa sắc màu, háo hức, say mê
Đợi mong
Kiếm tìm
Rực rỡ
Giữa lú lẫn
Mê cuồng
Một lần, những lần hoang tưởng

Là anh!
Không chân dung, quá khứ, ước mơ, tên tuổi
Chỉ là một lần để nở,
Bật tung hết những cánh hoa
Tràn khắp vườn hương sắc

Và để em được gào thét
Những tiếng anh không phải là anh
Xẻ rạch thịt da ngang dọc
Đắm đuối, ngọt ngào.

Nghĩa là những vết sẹo
Cứ là những cơn mộng du hồ điệp
Thao thức bềnh bồng
Nhởn nhơ bay
Níu hoàng hôn rời rã

1978

Sao Để Ta Nằm Mơ Thấy Em

Sao để ta nằm mơ thấy em
Dắt con mình dạo quanh tiền kiếp
Ta ở đâu, con đường trôi tội nghiệp
Đi loanh quanh, quá khứ biết đâu tìm!

Bởi ngã ba lạc từ chia nhánh
Nên con mình không đến trần gian
Bởi thật thà trả tiên đôi cánh
Nên em bay bỏ lại nửa thiên đàng

Để những đứa con còn trong hẹn
Có đôi khi nhớ quá một vườn hoa
Những sắc màu đêm qua rón rén
Bỗng xôn xao từng giấc mơ xa

Ta thấy em không ngày, không tháng
Mang kính thần tiên nhìn xa xôi
Những đứa con níu tay dĩ vãng
Ngắt những bông hoa vừa nở ngậm ngùi

Ta thấy em vật vờ mây khói
Bay mênh mông trong muôn đời ta
Nằm nghe đâu đó ngàn sau gọi
Giọng con mình thơm trong phấn hoa.

01-1978

Khi Em Nói Lời Cám Ơn

Khi em nói lời cám ơn,
Anh hiểu em có gì đang khó nói.
Con sóng cuối không thấy bờ, cũng mỏi
Chiếc phao đời hay rong rêu trùng dương?

Khi em nói lời cám ơn,
Biển cạn nước, sóng không buồn tiếc
Sóng theo biển, với phong ba, ghềnh thác
Ngỡ tri âm, chỉ thấy bóng đêm buồn

Khi em nói lời cám ơn
Từng đợt sóng bổ nhào lên lồng ngực
Bờ bến hẹn bỗng thành nơi đau nhức
Anh bơi tìm hoang đảo gọi cô đơn

Khi em nói lời cám ơn
Cả biển sóng chỉ còn là bèo bọt
Anh hiểu, từng long lanh mật ngọt
Là đêm dài lớp lớp mù sương

Khi em nói lời cám ơn
Anh hiểu sóng không bao giờ là biển
Cứ trôi đi, nhưng không đâu là bến
Hỏi thác ghềnh sao đâu cũng hoàng hôn?

1978

Một Chút Ngày Xưa

Giữa Tuy Hòa bước một mình
Chút mưa và chút buồn thành ngày xưa

1979

Tìm Lại

Người đi nào hẹn với mai
Một đi ai để lại ai nỗi buồn

2-7-1979

Tìm Nhau

Dẫu buồn vui cũng mãi là kỷ niệm
Lòng theo lòng đâu đó thương yêu
Để nữa còn kiếp nào chưa hẹn
Lại tìm nhau mỗi bước mai chiều

1979

Nụ Hôn Mùa Thu

Nuốt xuống lòng,
Nụ hôn của những nụ hôn không bao giờ tiêu hóa
Không có bờ vai
Mà đầu em thì mỏi quá.

Đêm mênh mông và em mênh mông
Để cuối cùng quờ quạng giữa mênh mông.

Không có bàn tay
Mà đời sao chực lạnh
Phun xuống đường nhắm phải chân mình
Những nụ hôn xa lạ
Chân mình chợt lạ mùa thu.

Cũng không biết mình đang nói gì với nhau
Mùa thu trống trơn lấy chi xao xuyến
Nuốt xuống lòng
Mằn mặn
Cười
Nghe cũng mặn bờ môi
Nụ hôn nào cũng mặn
Xa xa.

Em ngồi
Đợi một mùa thu khác đến
Không phải mình
Không để mặn lòng ai.

08-1979

Lá Chuyển Màu

Có còn nhớ không, chiều xa nhau?
Nửa đi bỏ bóng nửa hồn đau
Bên trời thu xám, đường xa quá.
Tình cũng phai theo lá chuyển màu...

1979

Hỏi Đêm

Có bao giờ bất chợt nửa khuya,
Giật mình dậy hôn thầm lên gối
Nhìn qua đêm, bồn chồn tự hỏi
Anh bây giờ làm gì, xa kia?

1979

Lời Hứa

Đã vốn không tin điều hứa hẹn
Thì là, à há, ừ, cũng vui
Vâng, hứa tất, bao nhiêu lời có thể
Lúc này, và, chỉ để lúc này thôi

Lát nữa, là bây giờ chưa tới
Mai đó là chưa phải hôm nay,
Vâng, em sẽ, chỉ là môi lưỡi
(Để hôn nhau, để nuốt xuống chua cay).

1980

Như Đã Đi

Có con đường nào nhớ hôm qua
Có con tàu nào nhớ sân ga
Ta đứng trông theo từng vạt khói
Mây bay, mây bay mờ mờ xa

Như thể đi về phía hôm qua
Tiếng bước xốn xang từng nỗi nhớ
Những dấu chân muộn phiền trăn trở
Những con đường dọc ngang đời ta

Để em còn đi như đã đi
Mai về ai nối sợi từ ly
Dưng không mây xám trên đầu tháp
Thờ thẫn mà không biết đợi gì.

1980

Sau Những Cơn Mưa

Những cơn mưa đã tan trong lòng biển,
Kỷ niệm xô bờ bỏ biển lang thang...
Thiên thu ấy, em hóa tình chao liệng,
Gió mây ta lơ lửng mấy thiên đàng.

Tận đầu non, rong rêu chờ hóa đá,
Riêng tim em vẫn ấm nhịp chờ mong...
Bỗng một ngày nghe hồn em cũng hóa,
Giọt mưa đông thăm thẳm mặn trong lòng.

Một lần đi bỏ trăm lần lỡ hẹn,
Bao lâu rồi hoa không nở cành mơ?
Nghe mưa vọng trời xa nào nghèn nghẹn,
Gọi bây giờ hay gọi cả ngày xưa?

Để lung linh tiếng muôn trùng vang vọng,
Lung linh em trên mỗi bước anh về.
Mưa đọng lại trên đường xưa sóng nổi,
Soi bóng mình thơ thẩn cuối đường khuya.

1980

Một Ngày Trống Trải

Một tuần có dài bằng ngàn dặm?
Để mưa quên hẹn một mùa xuân
Ở hai đầu mùa đông thèm nắng
Trắng tờ thư, trắng lòng, bâng khuâng.

Mở cửa sổ nhìn, một ngày trống trải
Có ai tìm giùm ta hôm qua?
Thêm một ngày ngù ngờ khép lại
Đợi mong lại dài hơn ngàn dặm xa

Nếu biết đợi mong không phải hẹn
Có bao giờ em hỏi ngày mai?
(Ngày mai, ai biết), mà ta biết
Nghe rất xa kia, tiếng thở dài.

Ngày mai, em có bao giờ hỏi
Em mang nỗi nhớ anh đi đâu
Để đôi lúc giấu mặt mình bên gối
Chút buồn nào lắng xuống đêm sâu!

28-4-1980

Từ Chỗ Chúng Ta

Hãy bắt đầu từ chỗ chúng ta,
Sau lưng kia là chênh vênh ngàn dặm,
Lùi một bước là vực sâu thăm thẳm
Như hẹn sương mù không bóng hôm qua

Có khi như một giấc chiêm bao
Mơ tới chết, đừng lay nhau tỉnh
Lệ cuối đời có thể làm nhau lạnh
Không phải con đường vốn gập ghềnh sao?

Tội nghiệp con đường không dám bướm hoa,
Có gập ghềnh mới biết tình là thật.
Muốn gào lên với trời với đất
Sao sương mù còn mênh mông xa?

Có chuyện tình nào không ước mơ?
Ước quá muộn và mơ càng quá ít
Giọt sương nhỏ níu cành luyến tiếc
Long lanh tìm từng ngọt ngào xưa.

05-05-1980

Một Ngọn Đèn

Như ngọn hải đăng trong đêm khuya
Đêm nhướng mắt thấy em ngồi đỏ mắt
Bao lâu rồi đèn trong ô cửa tắt
Có nỗi nhớ nào le lói rất xa kia?

Thấy em rồi, một ngọn đèn lành lạnh
Đủ sáng chưa bóng tối trong lòng?
Có gì trong bồng bềnh ảo ảnh
Chao rã rời trên ngọn đèn chong.

Soi giùm ta giấc mơ không rõ mặt
Chút hôm qua nào sót tới ngày mai
Cũng có khi giật mình, đèn tắt
Ngó quanh đời, chăn chiếu và ai!

10-1980

Khi Nào Em Ra Biển

Chiều ra ngồi với biển
Sóng xưa đâu cuộn bờ
Trái tim đầy một biển
Và một thời em xưa.

Chiều ra ngồi với biển
Rượu trong tim bồng bềnh
Năm năm về, không rượu
Lấy gì cho ta quên.

Chiều nao ngồi với biển
Sóng lao xao lời tình
Biển lên bờ xua cát
Con dã tràng chạy quanh.

Năm năm ta xa biển
Như người đi xa nhà
Em không là Tô Thị
Rượu nào nguôi phong ba.

*Năm năm về lại biển
Sóng như thêm bạc đầu
May còn ta với biển
Rượu quên nồng cơn đau.*

*Biển tìm gì trùng khơi
Sao sóng vùi gió giật
Tháng ngày xưa váng vất
Đâu cuối trời mây trôi.*

*Con dã tràng tìm ngọc
Ngàn năm bãi cát buồn
Ta tìm gì đáy cốc?
Mà đỏ ngầu vết thương.*

*Khi nào em ra biển
Tìm hộ ta cơn say
Trong lâu đài cát cổ
Còn bùi ngùi đâu đây.*

1980

Sân Ga Ta Đến Lại Về

Từ đó em cho ta nỗi nhớ
Đi miên man không theo kịp đoàn tàu
Không thấy sân ga, không hàng ghế đợi
Tìm hôm qua không thấy tháng ngày đâu.

Từng con tàu nghiến lên nỗi nhớ
Còi tàu như những tiếng thở dài
Sân ga quen, ta chỉ là khách lạ
Hỏi giờ tàu không để đón đưa ai.

Em bỏ lại cho ta chiếc bóng
Ta thành một nửa của hôm qua
Nữa mỗi lúc tàu về, lại nhớ
Một nửa kia đâu đó trên ga.

*Những chuyến tàu không chở ngày mai đến
Chỉ thấy đêm đen vây bủa quanh đời
Không toa nào chở về ta quá khứ
Cho ta tìm mình trong bóng tối trêu ngươi.*

*Chuyến tàu xưa không mang đi quá khứ
Nên sân ga còn chiếc bóng lê thê
Nhìn tim mình lăn lui lăn tới
Ngỡ khói tàu tuôn xám bước về.*

*Có ai chất giùm ta lên toa
Chiếc bóng, sân ga, hôm qua, nỗi nhớ
Tàu mang đi không bao giờ về nữa
Để thôi đợi người và thôi tìm ta.*

1980

Nhớ Một Ngày Xưa

Ừ em hạnh phúc ngậm ngùi
Đếm từng buồn đếm từng vui, vơi đầy
Đếm từng nụ sớm môi say
Bước hoài không tới một ngày mưa xưa

1980

Lốc

Có bóng mây qua phố
Rơi rơi buồn về tim
Cơn lốc nào giấu mặt
Xoáy mịt mù lòng em

1980

Đổi

Mất nhau cũng mất nhau rồi,
Còn nhau chăng chút cuối đời tìm nhau
Mặc ngàn năm trước về đâu
Cho ta đổi lấy ngàn sau một giờ

1980

Thao Thức

Mưa ít quá và đầu hôm ngắn quá
Nên khắp trời chỉ lạnh mình anh
Giá còn sớm để anh ngồi lại
Cùng chia nhau chút lạnh ân tình.

Nữa anh về một mình buồn tênh
Em ngồi níu mùa đông xuống thấp
Những con đường ngược xuôi chẳng gặp
Dẫn đời đi hun hút vô tình.

Tiễn nhau ra ngõ anh về thôi
Trời thổn thức chút tình không nói
Một mình em e mưa lại rơi
Mây trĩu xuống bên song vời vợi.

Trong ngực kia tình còn réo gọi
Còn long lanh đáy mắt tuôn mưa
Lời muốn nói nhưng lòng muốn hỏi
Giữa lặng thầm đủ hiểu gì chưa.

Với bóng tối chập chùng quá khứ
Đêm có trở mình bâng khuâng không?
Mưa về sáng không dài hơn nỗi nhớ
Em có cùng anh thức với lòng?

1980

Giữa Khuya

Có bao giờ khuya em bật dậy
Thắp đèn lên tìm trái tim mình
Có nghĩa là, có bao giờ em nghĩ
Anh biết giờ này, em chờ anh?

Trời xa xa sáng, xôn xao mộng
Như ánh mắt chờ lung linh đêm
Em vẫn ngồi đếm thời gian, ngóng
Ngọn đèn mờ tỏ một mình em

Những ngón tay lạnh trên chăn chiếu
Mưa trong lòng rơi xuống đêm nhau
Đông em rón rén lăn trên má
Mùa xuân nào hẹn tới mai sau?

1980

Nợ Nhau

Vẫn còn nhận được ra nhau?
Bốn con mắt một bể dâu chợt tròn
Nợ nhau xưa nửa đoạn đường
Tròn xoe bốn mắt tình còn nợ nhau.

1980

La Hai Chiều Nay

Tàu không dừng ga La Hai
Chiều nay ai có mong ai về tàu?

1980

Mây Mù Bay Đi

Trăng vườn em rợp bóng anh
Nghe đêm ngọt lịm từng canh bên người
Mây mưa run rẩy bên trời
Đã ngây ngất vỡ cuối trời bay đi
Ngửa nghiêng mấy đủ cuồng si
Giọt môi bão táp, giọt mi rã rời.

Là bao nhiêu ngày tháng ơi!
Ngỡ trăng quên lặn, mặt trời quên lên
Ngày dài, đêm lại dài thêm
Đường anh mưa ngập, đường em sóng nhòa.
Đếm từng tiếng bước, trời xa
Ngóng nhau nào giấc mơ qua gối này?
Bàn tay níu lạnh bàn tay
Cành thu hẹn, lá chừng quay quắt vàng
Hoa xưa hẹn nở chực tàn
Vườn xa thiêm thiếp cỏ hoang đã đành

Mắt môi như nắng long lanh
Mồ hôi ríu rít gọi tình, tình ơi
Mưa hôm qua tạnh lâu rồi!

1981

Trái Thị

Nâng cốc nào, một hớp tình buổi sáng,
Còn ngạt ngào hương trái thị đâu đây
Nếu anh biết trong thị là ai đấy
Sẽ tiếng cười rúc rích phía chân mây.

23-5-1981

Không Lối

Theo xưa chân lạ đường về
Bước loanh quanh đã lạc mê cung rồi
Nhặt từng quá khứ buồn vui…

1981

Nói Với Trái Tim

Giữ luôn hai mặt nhau ở đó
Tiếng meo meo, ư ư thịt da
Hơi thở tràn bờ trôi hun hút
Đêm ngọt thơm từng tiếng suối ca

Nếu em nói tim em còn xa quá
Hãy mở giùm ta cúc áo, nào!
Để ta ghé tai nghe từng nhịp
Nói với trái tim, mình yêu nhau!

1981

Mộng Du

Quá giang nhau một nỗi buồn
Kéo dài thêm chút con đường mưa rơi
Cũng thôi mặc kệ mây trôi
Trăm năm nào đã hẹn đời nhớ quên
Lờ mờ chút mộng chênh vênh
Giấc khuya giấc sớm kéo tiền kiếp xa
Người từ trong mộng bước ra
Còn vương bóng tối đêm qua vật vờ
Nghe lòng từng đá sỏi khua
Những ngày xưa ấy đội mồ mộng du

1981

Trái Tim Tô Thị

Nếu một ngày căn nhà kia sẽ vắng
Sẽ xốn xang từng tiếng bước ra vào
Em lặng đếm chiều xuống từng vạt nắng
Nghe chập chờn đêm tối gọi chiêm bao

Nếu bóng tối không làm em trở lạ
Thì bận lòng chi những bủa vây kia
Tô Thị biết thịt da mình hóa đá
Riêng con tim vẫn ấm đợi ai về

Anh không muốn căn nhà kia sẽ vắng
Một mình em đau giữa bóng đêm anh
Nhưng sao nụ cười thẫn thờ môi đắng
Bao xa kia có được bấy nhiêu tình

Anh bối rối hóa thân vào cổ tích
Đành chịu đau thêm tượng đá ngàn năm
Căn phòng vắng xôn xao từng kịch tính
Môi tìm môi cắn nát nỗi đau thầm

Nếu tiền kiếp nghĩa là không trách oán
Đến hay đi cứ đẹp suốt bài thơ
Để con tim trên đồi cao vẫn sáng
Dẫu ngàn năm không đổi được đôi giờ.

12-4-1982

Niềm Đau Quên Lối

Vô cùng cám ơn em
Trong cô đơn hiu quạnh
Em đứng lại bên đường
Cầm tay mùa đông lạnh
Dẫn anh vào mùa xuân

Xin cám ơn tình em
Dẫu mùa xuân không vẹn
Em đã mang cho anh
Một cành xuân không hẹn
Và chút tình anh riêng

Vô cùng cám ơn em
Một nửa hồn còn lại
Em đã dành cho anh
Nửa yêu thương như mới
Em đã dành cho anh

Cũng cám ơn con đường
Dẫn xuân về, dẫu vội,
Bỏ lại từng đêm tối
Những lời cám ơn em
(Sao niềm đau quên lối?)

Đành xuân phai đầu ngõ
Gọi từng giấc mơ mình
Nhặt từng đau, từng nhớ
Để dù gì đi nữa
Xin cám ơn tình em.

13-6-1982

CHÂN DUNG - TỐNG PHƯỚC CƯỜNG

Hơi Thở

Xác dĩ vãng đã vữa trong quên lảng
Mầm tái sinh em biết mọc từ đâu.
Huyệt mộ ấy cạn theo từng nắm đất
Vun dần cao, là đáy mộ càng sâu.

Anh phủ dày lên em ước mơ
Để thuở nào cũng không tồn tại
Như bắt đầu một xóa bàn làm lại
Ngày mai là tất cả của ngày xưa

Nên đừng hỏi tại sao đã thế
Nụ hôm nay là trái ngọt mai sau
Khi cựa mình nghe nhau từng hơi thở
Nước mắt kia đôi lúc ấm lòng nhau.

1983

Dù Cuối Hay Đầu

Níu hộ em thời gian phía trước
Hãng đẩy đưa mốt hẹn mai hò
Còn lại bao tháng ngày có được
Mà để lòng ray rứt âu lo

Được chăng là ngày mong đêm nhớ
Những giấc mơ đau không dám thở dài
Bước thời gian tính bằng số đếm
Không giật mình sao những sớm mai?

Đã quá muộn, và đã là quá thiếu
Đường lại xa như chưa bao giờ
(Xa đến nỗi mơ hoài không tới
Huống hồ gì này nhận, này cho).

Hẳn đã được gì đâu để có
Là trò chơi thì trách gì nhau
Cổ tích, hãy cứ là cổ tích
Cũng đẹp thôi, dù cuối hay đầu.

27-4-1984

Ví Đêm Sáng Mãi

Em bước dưới vầng trăng xẻ đôi
Ngẩn ngơ đôi mảnh lạnh lưng trời
Có giọt sương chừng rưng mi ướt
Cúi mặt sao đành đêm lạnh trôi

Vành vạnh một vầng thuở dấu yêu
Đêm trôi, tình hắt bóng lên chiều
Mây phủ quanh vầng xưa diễm mộng
Tình ơi! Đêm tối gọi hoang liêu.

Có phải xa nhau đã mất nhau?
Tìm trong trăng nứt hỏi tình đâu,
Ví đêm cứ mãi là đêm sáng
Ta có hẹn đâu khúc nguyệt sầu!

1985

Theo Em

Theo em từng bước vui buồn
Mai kia còn nhớ con đường hôm qua.

6-1986

Bay Về Đâu

Em sắp ngủ thì anh mặc áo, đi
Để lại trong giấc ngủ em mây thấp
Những cơn mưa chưa hẹn nhau, mà sắp
Những giấc mơ sắp ngửa thầm thì

Bỏ lại vòng tay nát mồ hôi
Tấm lưng, dấu móng tay bải hoải
Sợi tóc ướt tiếng ca êm ái
Bàn tay che không hết mưa rơi

Nên mình em giữa mưa và mơ
Chưa bao giờ anh thấy em nằm ngủ
Bao vội vã cho người là đủ
Để có nhau như chưa bao giờ?

Quay mặt nằm, vẫn như chưa nhau
Mây bay, mây bay, ngàn năm sau
Trái đất cứ tròn sau động đất
Mây vẫn bay hoài không về đâu!

1987

Mộ Tình Xanh

Thì cứ như hôm qua không đến
Chút vui cũng xua chút buồn vương
Hôm nay chăn chiếu nôn nao hẹn
Buồn gì, thì cũng chẳng buồn hơn

Ừ nhỉ, bao lăm mà như thật,
Hẹn không, lòng cứ dậy cuồng phong
Hoa tươm mật trên cành ngây ngất
Sắc màu ơi, mùa đã động tình ong!

Hôm nay, mai mốt, sau, sau nữa
Giết nhau đi, hỡi những nhát ân tình
Ta cứ chết giữa vườn trăng gió
Để trăm năm chung nấm mộ tình xanh.

5-1988

Cho Nhau

Trong sâu thẳm thế gian nhau
Hồn mê đắm hẹn ngàn sau bên người
Một giờ, một ngày, một đời
Trăm năm có đủ rã rời hư không?
Môi nào giữ ấm mùa xuân
Tay nào lún giữa vô ngần thịt da
Mộng nào thảng thốt gần xa
Cho nhau cũng đã tình ra ngọt ngào

24-6-1989

Đêm Ấy Trú Mưa

Tạt vào lùm trú mưa, đêm vắng
Trời tối đen đến không thấy lòng nhau
Có gì đó cả hai cùng mong đợi
Gần biết bao sao xa tận đâu đâu!

Đưa em về mưa đâu bất chợt
(Chắc tại con đường muốn đêm dài hơn)
Lùm che không hết cơn mưa lớn
Giọt rớt trên từng hơi thở cô đơn

Chắc mưa tiếc chưa đủ làm tim khát
Để bâng khuâng không níu nổi bờ môi
Thịt da nào ngại bàn tay lạnh
Sao thả mưa và bóng tối chơi vơi?

Để mưa tạnh hỏi sao đường ngắn
Đêm vẫn dài hai chiếc bóng mơ mưa
Mà ngày mai cứ mênh mông đường vắng
Một mình đi, thương nhớ quá lùm xưa.

1992

Bên Song

Hóa thân tiền kiếp xa nào
Tìm nhau, đâu chút chiêm bao muộn màng
Níu trăm năm kẻo đông tàn
Mưa rơi trắng giấc thiên đàng bên song
Ta còn không, em còn không?
Mà sao để mộng giữa trần gian quay

Bên trời ai mưa vẫn bay
Bên song ta gió còn lay nỗi buồn
Bước chân còn ấm phố phường
Em về, bất chợt con đường lạnh căm.

12-1992

Đêm Sâu

Em có nghe đêm bâng khuâng mưa?
Xôn xao hẹn hò giọt trăn giọt trở
Mưa nối đất trời đêm đêm thương nhớ
Như mai nào còn ấm từng giấc mơ.

Mưa nhắc mình nhớ gì không em?
Ví dụ những đêm không muốn sáng
Tiếng cười bên vai gọi trời xuống lạnh
Mai bờ môi còn váng vất hương đêm.

Như giòng sông trôi qua đời nhau
Những ngón tay bên song xao xuyến
Khung cửa sổ buồn vui từng môi mắt
Nghe mưa rơi trên bóng của đêm sâu

12-1992

Mượn

Cho anh mượn bàn tay em
Đặt đâu đó chút cho mềm khát khao.
Tay nào sông suối nôn nao
Tay nào trái thấp đồi cao mơ màng

1993

Mùa Sau

Gập ghềnh nào đồng nghĩa phẳng phiu đâu
Trách chi con đường vốn là tiền định
Mây rồi bay, sương rồi tan, chút lạnh
Sẽ nồng hơn men nắng mùa sau

27-7-1994

Nụ Xuân

Ngọt ngào mùa động trên môi
Như chưa từng thấy đất trời sang xuân
Nụ yêu thương nở trong ngần
Sắc màu nhắm mắt trên từng đóa trao.
Nụ say, nụ chậm, nụ đau
Chiều kia còn níu lại màu nắng mai

Xưa nào xuân lạc giêng, hai
Môi nhau còn ấm nụ ngoài ba, tư.

02-1995

Mộng Trần Gian

Không thôi, quay mặt vào trong, ngủ.
Hai tấm lưng chia mấy đất trời
Giật mình nghiêng bóng ai trên vách
Chút mộng trần gian hóa bướm ơi!

12-4-1996

Nụ Tình

Ngụm cafe sáng em chia,
Từ môi em nụ tình khuya ngọt ngào
Uống từng bóng tối lao đao
Bàn tay ơi có chiêm bao nào về?

25-7-1998

VẼ

Mọng

Ngồi đây anh tô cho em
Đôi môi đỏ một trái tim phập phồng
Cánh hoa đã mọng đầy xuân…

Mày Liễu

Đôi vành khuyết nguyệt cong mềm
Anh vẽ cung quế buông rèm liễu mơ
Bóng ai lúng liếng thu hồ

Ngã Màu

Trời mây phơn phớt chân mày
Tím xanh Vô Kỵ từ đây ngã màu
Dọc ngang, còn một lũng sâu!

Cánh Hồng

Kẽ giang sơn lên môi em
Cánh hồng chúm chím trái tim mọng tình
Chân mày hấp háy tím xanh
Đời còn lồng lộng Triệu Minh hẹn chiều

Lạc Màu

Xóa, bôi, trời đất bồi hồi,
Chút son phấn vụng hồng đôi má hồng.
Xao xuyến hạ, ngập ngừng đông,
Lá thu rớt xuống vườn xuân lạc màu.

Kẽ Mắt

Ngồi đây ta kẽ cho em
Chúm môi lại một cánh tim mọng đầy
Tím xanh hấp háy chân mày
Mắt kia sâu mấy cho đầy hồn ta

1999

Giọt Nắng Trở Màu

Chiều về tận đẩu tận đâu
Nhặt vài giọt nắng trở màu, bâng khuâng

2000

Hồng

Tay nhau chút nắng muộn này
Thịt da mấy đủ ấm đầy ngày xưa?
Ngồi đây cho anh làm thơ
Vườn hồng có một đóa vừa nhoẻn môi.

2001

Những Dấu Chân

Có vui buồn cũng là hai chiếc bóng,
Bên đời nhau quấn quít với hôm qua
Hai chiếc bóng mãi long lanh như mộng
Bên chân đời thêu những dấu chân hoa

2002

Mốt Mai Nào Cũng Hôm Nay

Không đợi chờ sao có trông mong
Sao có những giấc mơ chập chờn đôi cánh
Những ánh mắt trăng khuya còn ráo hoảnh
Tiếng sóng xa như xát muối trong lòng

Không trông mong sao có lúc hờn ghen
Vẫn xốn xang từng giây khắc khoải
Từng giấc mơ kéo đất trời gần lại
Kéo ngàn năm se một chữ duyên

Giọt nước mắt hay nụ cười đều ấm
Là của hân hoan, của ngậm ngùi
Người xa đâu như gần, gần lắm
Nên yêu thương là của buồn vui

Dẫu ngày mai chỉ còn nỗi nhớ
Cuối đường kia không hẹn một đầu đường
Mỗi bước chân vẫn về nơi hò hẹn
Mốt mai nào cũng hôm nay yêu thương

2002

Hỏi Trăng Khuya

Cũng cần một ấm tay nhau,
Trăm năm nào cạn cơn đau một giờ?
Bao nhiêu đủ một trời xưa?

Thì thôi lòng đã khuya lơ
Trăng khuya, khuya đến bao giờ hỡi trăng

2004

Em Đi

Em đi đâu để đêm dài
Để mênh mông dáng ai ngoài song thưa
Rộn ràng tiếng bước ai khua
Em như bóng tối lượn lờ chiêm bao.

Em đi chăn chiếu nôn nao
Phòng quay quắt lạnh đèn thao thức mờ
Em đi ngày tháng bơ vơ
Mưa đâu đó có thẫn thờ mắt ai.

2004

Mong Manh

Khi môi ghé xuống môi người
Đêm như đã ngập bên trời xuyến xao
Ngàn xưa nào lạc môi nhau
Để chơi vơi đến ngàn sau mộng tìm.

20-6-2005

Như Hẹn

Như hẹn đã từng, một kiếp xưa
Ngọt ngào nhau cạn nụ mong chờ
Ngàn sau còn giữ bàn tay ấm
Đi suốt trần gian hái trái mơ

Dẫu kiếp sau có thành cây thông lạ,
Reo giữa trời cũng còn gọi tên nhau
Sẽ một cây thông vẫn xanh hò hẹn
Gió biếc qua từng ngàn cao lũng sâu

12-8-2005

Tạ Ơn

Tạ ơn này núi này rừng,
Này phiêu ánh mắt, này bừng nụ môi
Chồi hoa rạo rực xuân đồi
Nhụy hồng ngây ngất quanh trời xuyến xao.
Hôm qua xuân ở nơi nào,
Mà đông gió mỏi trời cao se mình.

Tạ ơn đen trắng lung linh
Động xuân em mở lối tình tự thơm
Tạ ơn mấy giọt tình tươm
Tạ ơn ấm lạnh mỗi hôm sớm này

Mây mùa đông cũ tan, bay
Tạ ơn hương ngậy bàn tay xuân tình

12-2005

Bóng Tối Và Anh

Ngày đã dài đêm còn dài hơn
Đời sẽ dài đến trường sanh mất
Nữa lang thang cùng trời cuối đất
Đến đâu về đâu chỉ thấy những con đường.

Có con đường nào chưa từng qua
Để anh đến không gặp mình mấy thuở
Mình của anh (và mình của chúng ta)
Hôm sớm, nắng mưa, khóc cười vẫn đó.

Như ánh mắt dõi anh từng bước
Vẫn thấy nhau trong mỗi ngược xuôi đời
Không có em mới biết mình yếu đuối
(Đâu phải anh hùng mà ngại lệ rơi).

Nên đêm cứ dài và trời cứ lạnh
Thiên đàng, địa ngục cũng mình anh
Nếu hỏi tại sao là sao phải hỏi
Câu trả lời là bóng tối trường sanh.

Giá mỗi sớm mình không phải dậy
Mặc đêm đêm cứ thức đến bao giờ
Thời gian sẽ như giòng sông quên chảy
Nối đôi bờ làm chiếc cầu ô.

Nhưng cơm áo không là mộng mị
Từ chia tay đã chẳng hẹn về
Ngủ đi em (giòng sông vẫn chảy)
Để nhớ mong thao thức giữa trời khuya.

3-2006

Là Đâu?

Đưa nhau thăm thẳm dặm trường
Bôn ba thiên địa cuối đường là đâu?

2006

Còn Lại

Ít ra, còn những con đường
Để thương, để nhớ, để buồn, để mong.

2006

Tháng Tám Bờ Đông

Tháng Tám bờ Đông thờ thẫn bóng
Từ bờ Tây dội tiếng thu xa
Thu rơi trên bước em chiều muộn
Lá vàng rơi nhớ nắng hôm qua

8-2007

Mưa Còn Rơi Không Em

Lo gì mưa thứ bảy
Không lạnh đâu, cuối tuần
E đêm không dài đủ
Còn mong chi, phải không?

Nỗi buồn không đối mặt
Nên tình là bơ vơ
Khi đêm đông quên lạnh
Bóng tối cũng đôi bờ

Đến một ngày, anh hiểu
Em yêu anh bao nhiêu
Sao bây giờ cứ thiếu
Một lời thôi, thấy nhiều?

Tháng ngày là cút bắt
Chưa vui đã vội buồn
Lời ca kia vẫn thiếu
Người về đâu cuối đường

Thì chỉ là nhạc ảo
Là tiếng cười đầu đêm
Em về thôi, thứ bảy
Mưa còn rơi không em?

01-2007

Lạc Bóng
(Sinh nhật Lọ Luốc)

Ồ lạ, trần gian ơi, đẹp quá!
Em bỗng về năm sáu năm xưa.
Thủa chào đời, chừng anh đã sẵn,
Hôn em, "Ngoan! ngủ nhé, anh chờ"

Anh ở đâu? Trăm năm hư không,
Đợi chờ đâu? Mây bay vô cùng,
Dạo trần gian hái từng trăng nở,
Rải xuống một mùa em mênh mông.

Em đâu, dậy chưa mà mở mắt,
Mây bay trên tóc chớm phai màu.
Vâng, đời lạ, trần gian vẫn lạ,
Xuân, Hạ, Thu, Đông và Ta đâu?

Em về, đất trời xưa vẫn đẹp
Thủa đào nguyên ngơ ngác về trần
Ai tìm ai, dấu chân tiền kiếp
Cuối đường xưa lạc bóng bâng khuâng

4-2007

Biển Bơi Theo

Em bơi hoài, bơi hoài, bơi hoài
Biển im nằm
Như chiếc máy bay chở nỗi nhớ em nhìn ra cửa sổ.
Giấc mơ xanh da trời.
Em trôi.

Vật vờ gối chăn
Hất tung nỗi nhớ
Em bơi hoài không đến giấc mơ xưa

Bơi nữa đụng mình, thì thôi
Sờ soạng biển nghe trời mây ngũ sắc
Bờ bến âm u
Quẫy đạp những chập chùng sóng gió
Đi về đâu mà sao nghe tiếng gọi lạc đâu đâu?

Nếu ngày xưa ấy cũng bơi hoài theo em về một bên
bờ hoặc quen hoặc lạ
Đến bao giờ
Biển nhúc nhích
Em cựa mình chạm phải giấc mơ nhau!

09-2007

Cơn Mưa Rào Về Phố
(Nhạc "Cơn Mưa Rào Về Phố" Vĩnh Điện phổ)

Cơn mưa rào rộn rã
Reo trên ngàn thông cao
Xôn xao từng giọt nước
Lăn xuống môi ngọt ngào.

Mưa rung vòng tay ấm
Thầm thì mười ngón tay
Để anh lau tóc ướt
Trên vai đời mây bay.

Hàng thông dài mù mịt
Dẫn mưa theo đường về
Như những dòng sông rộng
Bay trắng trời say mê.

Mưa se từng nỗi nhớ
Dệt hồn nhau gấm hoa
Bập bềnh bong bóng nổi
Trời chợt gần chợt xa.

Mưa, mưa, mưa rối rít
Về Naples chiều nay
Có làm đêm trở lạnh
Sao mây tần ngần bay.

2007

Đêm Naples

Siết tay chút, Naples! Sao lại mưa?
Mưa bao nhiêu nước nữa cho vừa?
Mùa đông giũ gió đông, mừng nắng
Lâu quá, để buồn nhau, đủ chưa?

Ôm Naples, đất trời chông chênh
Phố phường cuống quít thịt da quen
Đông tàn chưa đã nghe Xuân sớm
Mưa Tháng Mười Hai, mưa Tháng Giêng?

Rừng thông rẽ ngược con đường khuya
Xôn xao ngàn dặm cuối năm về
Mùa Xuân lúng liếng bờ môi nụ
Giọt nến đọng đầy đêm tỉnh mê.

01-2008

Ngủ Nhé Ngàn Trùng

Ôm nhau ngủ nhé, ngàn trùng
Đất trời cứ lạnh cho hồng giấc mơ
Quắt quay mấy ngón tay thừa
Bâng khuâng một đóa môi chờ đợi môi.

Ru nhau ngủ nhé ngậm ngùi
Đèn ngơ ngác bóng vừa khơi ngọn sầu.
Mộng nào chờ gối tay nhau
Gối chăn nào hẹn kiếp sau mộng tìm

Ngủ đi, ngủ nhé trái tim
Ngẩn ngơ mấy giọt máu quên đường về

4-2008

Đừng Tan, Sương Mù Ơi
(Nhạc Đừng Tan Sương Mù Ơi, Nguyễn Trọng Khôi phổ)

Đừng tan, đừng tan, sương mù
Bao nhiêu bình minh, hoàng hôn đời
Giấu mình trong đám sương mù bước
Sương tan bỏ mình em chơi vơi

Đừng tan, đừng tan, sương mù anh
Em vin sương ngại nắng lay cành
Cuối đường e gió vô tình lạnh
(Vô tình sương mù anh mong manh)

Không phải sương mà anh xa xôi
Xa như tiền kiếp đợi chân người
Sương theo mỗi bước ta về mộng
Đừng tan, đừng tan sương mù tôi

26-4-2008

Đừng Tan Sương Mù Ơi

thơ: Đặng Kim Côn
nhạc: Nguyễn Trọng Khôi

Chập Chờn

Thức dậy, buồn không có nhau
Hồn ngơ ngác giữa sương mù mông mênh
Đầu ngày níu cuối đêm lên
Quắt quay cõi mộng một bên tay thừa
Bên song trăng mình bơ vơ
Đêm qua gối lạnh giấc mơ chập chờn

25-7-2008

Lòng Biển

Nói gì cũng mặc em đi
Mênh mông lòng biển đôi khi cũng trào
Những xa, những tiếc, những đau
Cuối đường còn đợi chờ nhau sao đành
Mấy phong ba biển cũng xanh
Mênh mông chỉ để một mình biển trôi
Nói gì cũng mặc em thôi
Bao nhiêu chất chứa thà khơi một lần

28-7-2008

Trên Mặt Đời Xa

Em ngồi trên mặt đời xa
Trong hơi cỏ ướt nở ra nụ hồng
Nghe tim reo giữa muôn trùng
Đầm đìa trời đất tình nồng nàn tuôn
Bão cuồng từng giọt yêu thương
Âm thanh trầm tích đáy hồn xôn xao
Nhấp nhô đồi núi nôn nao
Môi mê đắm đẫm nhị đào í a

Em nằm ngang dọc trời xa
Trong thăm thẳm mộng đã là trăm năm.

8-8-2008

LỌ LUỐC - LÊ THANH

Thu Phai

(Nhạc "Thu Phai" Trần Quang Lộc phổ)

Như những ngày xưa chưa có nhau
Thu chơi vơi trên đỉnh sương mù
Ai có mong ai về cuối mộng
Sao dốc thu chiều lung linh đau

Em xưa, như thu qua công viên
Nhạc chiều hoang bâng khuâng vai nghiêng
Mây quên xanh khẽ chùng vai áo
Ghế đá dài theo bóng muộn phiền

Thì cứ là không nhắc, không mong
Để nghe tiếng thở ngộp muôn trùng
Để xanh đáy mắt giòng sông nghẹn
Có giọt sương nào rưng bên song

Thu đi, như em qua dốc xưa
Bỏ thơ thẩn nắng, lá vàng mơ
Để em khóc níu heo may thấp
Đá sỏi ngọt bùi tiếng gót khua

Thì cứ sương mù mênh mông đi
Cuối trời đâu nữa bóng Trương Chi
Nhớ quên cũng đã con thuyền lạnh
Đáy cốc mờ giòng sông biệt ly.

9-2008

Nhạc Mưa
(Nhạc "Nhạc Mưa" Vĩnh Điện phổ)

Cho anh nghe chút gió
Trên tà áo em bay
Để anh trông thấy phố
Theo em về đêm nay

Ngọn đèn mờ, chiếc bóng
Một mình em, một mình
Mưa vây đường phố rộng
Mưa, mưa... và không anh.

Cho anh nghe mưa rơi
Bên hiên đời sướt mướt
Tiếng ca nào sũng ướt
Bay giữa đời chơi vơi

Vâng, anh đang nghe gió
Rung từng con phố đêm
Anh thấy em mắt đỏ
Tuôn mấy giọt mưa mềm.

Vâng, anh đang nghe mưa
Và tay em buốt lạnh
(Có đôi tay lính quýnh
Bên phía trời không mưa)

Giọt thầm như hơi thở
Mưa xa, mưa xa ơi
Từng nốt trầm bổng rót
Trên bài ca không lời

11-2008

Hẹn Với Ngàn Đêm

Nếu mỗi ngày anh điện thoại em
Không để đọc em nghe mấy vần thơ mới
Để hoa nở trên vầng trăng bối rối
Tìm giấc mơ đâu đó ngỡ chừng quên

Không mong ai bên bờ biển ngóng
Con nước xa khơi chẳng thấy bờ
Dòng thơ kia có sẽ buồn như sóng
Ru đất trời cho một chút ngày xưa?

Nếu mỗi ngày anh gọi cho em
Gọi năm xưa lững lờ, bỡ ngỡ
Mấy trách hờn xưa nào đã lỡ
Đôi bờ xưa, là mộng, hẹn nhau tìm!

Chỉ để nghe bên bờ kia xao xuyến,
Một trách hờn là biết mấy thương yêu
Tiếng thở dài không dài hơn biển
Hai góc trời, hai mong đợi đìu hiu

Mỗi ngày anh vẫn gọi cho em
Dẫu nhớ thương không dệt nên chăn chiếu
Chút thì thầm cho bờ xa chợt hiểu
Môi thơm nào còn hẹn với ngàn đêm

25-11-2008

Không Đưa Em Về Đêm Nay

Không đưa em về đêm nay
Mắt xa xôi chợt cay cay đèn mờ
Mặc đêm, mặc lạnh, mặc mưa
Mặc anh đứng níu trời xưa dỗ mình
Người về tình tội đêm anh
Tiếng thầm bỏ lạnh trên cành đông xa

12-2008

Mưa Trên Thung Lũng Hoa Vàng
(Nhạc "Mưa Trên Thung Lũng Hoa Vàng"
Trần Quang Lộc phổ)

Còn lại đất trời hai nửa vỡ,
Không tuyết cũng mưa lạnh tháng mười.
Hoa vàng không hẹn xuân nào nở,
Để tiếng mưa buồn như lá rơi.

Em đi, xa quá nên đêm chậm,
Con đường không bóng võ vàng trôi,
Trăng khuyết đã đành, mưa chi lắm,
Những giấc mơ ngơ ngác quanh đời.

Để lại tháng mười mưa thờ thẫn,
Từng giọt rối mù San Jose.
Quen quá sao đi đâu cũng lạnh,
Tại mưa hay tại em không về?

10-2009

Giữa Đêm

Tiếng phone reo nửa đêm,
Ngọt ngào từng tiếng thở
Nụ hoa e ấp nở
Ngóng bước ai bên thềm.

Tiếng phone reo giữa đêm
Giấc mơ nào đến thật
Mùa đông bên trời quên
Ấm từng lời trong ngực

Nghe gối chăn trở giấc
Tiếng em thầm giữa đêm
Thừa đôi tay rạo rực
Đêm sâu. Đêm sâu thêm.

27-10-2009

Lá Thu

Sóng xa quay quắt bờ gần
Môi nhau thơm ngọt trên từng đóa trao
Hôn em không khí chợt xàu,
Lá thu run rẩy đổi màu nắng quen.
Chỉ là hai tiếng hôn em,
Mà sao giấy trắng mực đen bùi ngùi.

11-2009

Thu Phân

Đưa em ra sân bay về
Con đường lạc giữa bốn bề thu phân
Mùa Ngâu trên vai trong ngần
Xốn xang tiếng lá vàng từng bước xa
Ta về, lạ bóng hình ta
Chợt chông chênh nắng, chợt lòa nhòa mưa.
Âm u, lòng đã đêm chưa?
Mà căn phòng tối ngập lơ láo mình

08-2010

Mưa Hẹn

Chuyến bay dài lửng bài thơ
Giọt mưa trên má mặn vừa nụ hôn
Tháng Mười Hai reo bên đường
Cơn mưa tháng mấy còn bồn chồn bay
Bàn tay ngọt ấm bàn tay
Vội chưa bốn bánh xe ngây ngất cùng?
Mưa theo về đêm nay không?

2010

Cơn Mưa Dẫn Em Đi Đâu?

Bão gì bão Tháng Mười Hai
Cơn mưa không tuổi kéo dài giấc mơ
Hôm qua đâu, đã xa chưa?
Ngày xưa còn có bao giờ hay không?
Mưa đi bỏ lại mùa đông
Ta còn bão rớt xuống lòng âm u
Cơn mưa dẫn em đi đâu?

22-12-2010

Thơm Đầy Sớm Mai

Đãi nhau từng giấc nồng say
Mời đêm sâu gối mộng đầy mộng vơi
Sớm mai còn thoảng tiếng cười!
Cành xuân trẻ giữa mặt trời sớm mai
Cười lên một nụ đầu ngày,
Để môi em mọng căng đầy nắng thơm

5-1-2011

Một Năm Mười Hai Tháng Giêng

Tách trà nóng nao nao sợi khói,
Mùa xuân thơm giòn bờ môi em,
Là những cánh hoa không nở vội,
Năm của mình, mười hai Tháng Giêng

2011 (Đầu năm Tân Mẹo, tuổi nàng)

Hoa Hồng Cho Ngày Tình Nhân

Rất lặng lẽ, một cuối đường quấn quít
Thầm ngàn năm hai bóng hẹn bên đời
Chậm, em nhé! Đi nhanh đường e hết
Cho nụ hồng hàm tiếu mãi trên môi...

13-2-2011

Mưa Phía Trời Xa

Cũng không biết sẽ làm gì hôm nay,
Trời ở đó, chìm đâu trong mưa bay
Có bất chợt em tròn xoe đôi mắt
(Lạ chưa kìa, sao kỳ thế? Ô hay!)

Không có câu trả lời nào đâu
Hỏi, trả lời, thì khác gì nhau
Nói không hiểu là em đã hiểu
Thấy vui vui, mà cũng chút đau đau.

Thì sao phải bận lòng chi, phải không?
Trong hơi cay đã có chút men nồng
Nếu cau mặt mà lòng không xao xuyến,
Xuân đã không bước qua Thu, Đông.

Nên bỏ dở giấc mơ, dậy thôi
Những con chữ cong queo mồ côi
Chút vương vướng hôm qua là thật
Thật như bài thơ nén ngậm ngùi.

13-1-2011 Đầu năm Tân Mẹo

Tượng Đá Nở Hoa

Buồn gần từng nỗi nhớ xa
Đợi ai, tượng đá nở hoa cuối trời
Sáng mai em bước lên đồi
Hoa khô đáy mắt còn ngời đợi mong
Bờ Tây sóng dội bờ Đông
Nghe từng nỗi nhớ kéo rong rêu về.
Khi nào khuya mỏi cơn mê
Hỏi ta, em hỏi trăng thề lặn chưa!

5-2011

Buổi Chiều Hoang Mang

Buổi chiều đâu đó hoang mang
Mặt trời khoan lặn cho hoàng hôn vui
Lỡ mai nào chút ngậm ngùi
Chiều đi bỏ ráng cuối trời mong manh

9-6-2011

Đền

Không biết làm sao viết nổi một câu thơ
Khi nghiêng tim chắt không ra một chữ
Hay... không ấy... ta đền em một nụ...
Mai sau nồng về tận ngày xưa.

12-6-2011

Nụ Xa

Hôn mình một nụ bơ bơ
Trên đôi môi lạnh vẫn chờ đợi môi
Nụ hôn buồn một nửa trời
Nửa trời quay quắt nhớ người nơi đâu
Hôn lên những héo sầu nhau
Nụ hôm trước, nụ ngày sau vật vờ
Nụ anh cháy bỏng câu thơ
Nụ em sũng ướt trên bờ mi xa
Ngỡ ngàng ta nắm tay ta
Ô hay! Nước mắt vừa sa xuống đời.

2011

Mưa Từ Nơi Ấy

Phải mưa nơi ấy mưa về?
Giọt rơi trong cốc cà phê đầu ngày
(Giọt nào chợt như cay cay)
Uống giùm ai ngụm mây bay ngọt ngào
Để nghe mưa từ chiêm bao
Bàn tay biết nói đêm nào trong mưa.

6-2011

Chiều Của Đêm Thôi

Muộn màng, chiều có hay không?
Nghe sao từng tảng nắng đông cứng trời
Chiều là chiều của đêm thôi
Đêm là đêm đối đèn soi bóng chiều.

4-7-2011

Gối Phải Tay Mình

Khi bóng tối chập chờn lên thương nhớ
Chợt căng phồng giọt máu về tim
Những ngón tay lạnh từng hơi thở
Nghe rã rời mỗi thịt da đêm.

Nghe rã rời thiên đường, địa ngục
Bờ nào rạo rực gió rung mây
Sóng xé tung từng manh mộng thực
Giấc chơi vơi đêm khuyết hẹn trăng đầy

Gối xa xôi, ru tình thiêm thiếp ngủ
Ngủ nào em! Vâng, ngủ đi anh.
Chợt gối phải tay mình lành lạnh
Mộng chưa về mà nước mắt long lanh!

2011

Với Giấc Mơ Em

Mộng ở đâu về xanh vạn cổ
Mắt ai vời vợi thắp đêm xưa
Tiếng mưa ru ngọt bên song mộng
Trọn một đời nhau có đủ mơ?

Từng hạt xuyến xao lòng đêm lay bay
Có hạt xa nào lay anh trở dậy,
Mưa, có lẽ, cũng đang về bên ấy
Nên khắp trời nỗi nhớ cũng giăng mây

Mộng, nơi ấy, yên nào, em ta ngủ!
Tay anh tìm dắt giấc mơ em
Đường sẽ dài như không bao giờ đủ,
Bướm hoa chờ phía trước mông mênh

26-7-2011

Mộng Bình Yên

Em đi về bước chân ngày rộn rã
Vội vàng như đến chỗ hẹn anh
Nơi nào đó, không phải là xa quá
Đèn nhà ai sao nhớ quá nhà mình

Nghe sóng xoáy bên bờ canh cánh biển,
Lung linh trong tim tiếng bước chơi vơi,
Mưa nắng vỗ phía chân trời xao xuyến,
Lắng nhau từng tiếng thở xa xôi

Tiếng sóng lạc giữa trùng khơi cơm áo
Biển trôi xa tìm mãi một chân trời
Nơi đêm về không anh dỗ mộng
Sóng ru từng nhịp đập tim ơi!

Đêm thầm thì thiết tha bờ sóng mặn
Gió bổng trầm ấm tiếng yêu thương
Mộng nhau từng đêm đêm thương nhớ
Cho trở trăn đánh thức những con đường

Tiếng cười bên tai sưởi từng mong đợi
Ngọt ngào sao ngày tháng mãi chơi vơi
Sóng vẫn vỗ lên bờ khuya vời vợi
Đêm cứ dài, ngày mai vẫn xa xôi

7-2011

Sớm Sớm Khuya Khuya...

Trên bàn buổi sáng
Quả thị lăn tròn
Nghe từ dĩ vãng
Còn lờ mờ hương

Hương bay vườn cũ
Đậu bờ tim xưa
Chiếc giày hoàng tử
Chân ai hẹn vừa?

Chỉ là quả thị
Sớm sớm khuya khuya
Chưa cùng nhân thế
Mong đâu ngày về!

Đã đành bóng tối
Không là trăm năm
Đành sao khắc khoải
Vào ra âm thầm

Từng hôm sớm ấy
Ngày lăn theo buồn...
Hoàng cung mộng ảo
Mịt mờ mây sương!

2011

Lội Ngược Đêm Mưa

Hôn em buổi sáng nụ này,
Đêm qua giấc ngủ không đầy giấc mơ
Mắt xa he hé mi chờ
Mộng xa môi chúm đôi bờ rưng rưng
Đêm không mọc kịp đôi chân
Cho em lội ngược về từng đêm xưa
Bâng khuâng nhịp gót đêm mưa
Không trông theo cũng đủ bơ vơ rồi

29-7-2011

Níu Chiều

Vội chi, nào bước chiều ơi
Dấu chân còn sũng từng vơi từng đầy
Vội chi rồi cũng một ngày
Khi nhìn lại đã mây bay cuối trời.

25-8-2011

Không Phải Là Mơ
(Nhạc "Không Phải Là Mơ" Kiên Thanh phổ)

Không phải như mơ mà là mơ
Thiên thu nào có một bây giờ
Gọi mai không hẹn về chong mắt
Để biết đêm dài hơn mắt xưa

Không phải là mơ mà như mơ
Sóng khuya như tiếng hát bên bờ
Ru tình nhau ấm bên song lạnh
Lay cả thiên đường, đêm ngẩn ngơ

Thì vẫn như mơ, mà không mơ
Yêu em, chiếc bóng thuở ngây thơ
Còn xanh quả táo trên cành cấm
Đã hẹn ngày mai, hẹn đợi chờ.

Nhịp bước bềnh bồng rơi thẩn thơ
Từ chia tay lạc, khói mây mờ
Về nhau, này thực hay là mộng
Còn hẹn ngàn sau một kiếp xưa.

15-9-2011

Thư Chiều Mưa
(Nhạc "Thư Chiều Mưa" Trần Quang Lộc phổ)

Thư cho em, buổi chiều trời mưa
Mưa xứ người buồn như hôm ấy
Mưa gọi thức cơn mê bật dậy
Hay mưa ru mơ em say sưa?

Nếu mưa níu từng chùm mây xuống
Cũng sẽ mưa cuốn hết mù trôi
Bàn tay trong bàn tay luống cuống
Còn ấm hoài chiều xưa, chiều ơi!

Thư cho em, muốn dài hơn mưa
Như thương nhớ dài qua ngày xưa.
Dài như giọt lệ bên đời lạnh
Nhìn theo từng bước chiều bơ vơ

Mặc mưa lạnh xuống từng giọt mực
Nụ chiều kịp ấm môi chiều xa?
Ngoài kia mưa sắp rời thành phố
Để lại trang thư nỗi nhớ ta.

Chiều mưa, chiều mắc mưa, chiều vội,
Nắng ảo cuối đường chiếc bóng trôi
Thư ta chợt xám từng mây nổi
Hóa nắng chiều nay sưởi bước người.

28-10-2011

Em Sắp Về, Chiều Nay
(Nhạc "Em Sắp Về Chiều Nay" Vĩnh Điện phổ)

Em sắp về, chiều nay không nhau
Bên hiên xưa, nắng chiều phai mau
Như cuộc đời thoắt còn, thoắt mất
Như cuộc tình không hẹn mai sau.

Em sắp về, chiều nay không anh
Giọt mưa chiều long lanh gầy xanh
Để chợt nhớ đôi bờ mi lạnh
Lệ vô tình cay mắt, nhìn quanh

Em sắp về, như em đã đi
Đón đưa rồi cũng là từ ly
Nghe tiếng bước ai trên phố, lạ
Ngỡ chiều đang nghiêng cánh thiên di.

4-11-2011

Gọi Nắng

Tay ngắn quá làm sao ôm em,
Xa xôi quá... Buồn, mưa buồn thêm.
Ngọt ngào ơi, nắng đâu rồi mấy thuở,
Mưa chiều nay như sóng bủa vành tim.

11-11-2011

Hoàng Hôn Xuống Rồi

Gửi em nụ hôn cuối ngày!
Sớm hơn mọi bữa, đủ đầy môi nhau?
Nụ say, nụ chậm, nụ đau
Chiều kia còn níu lại màu nắng mai
Vội vàng vạt nắng chiều phai
Hoàng hôn xa kịp lạnh vai nhau rồi
Kiếp này thoáng đã mây trôi

13-11-2011

Gọi Với Chiều Ơi
(Nhạc "Gọi Với Chiều Ơi" Trần Quang Lộc phổ)

Níu chiều gọi với mênh mông
Nắng nghiêng bóng rớt xuống giòng đời xuôi
Cười buồn trên nụ môi người
Nhớ quên nào đã rã rời thiên thu
*Chiều xa thẳm giữa sa mù
Xa như tiếng bước người đầu Sông Tương
Níu chiều sợi nắng nào vương
Như ai giấu vội giọt buồn trong mây
Như chiều nghèn nghẹn bàn tay
Vẫy người giữa bến đời quay quắt đời*

13-12-2011

Lục Bát 3 Câu Cho Một Ngày

Hai Nửa Chiều

Mà chia hai nửa chiều đi hai đường
Nửa về rưng rưng mưa tuôn
Nửa đi mỗi bước hoàng hôn mỗi dày

Trông Vời

Sao trăn trở một bóng gầy, đêm vơi
Lạnh tay tôi nắm tay tôi
Dỗ con mắt nhắm trông vời sớm mai.

Đợi

Đợi từng giọt nắng rựng màu ngoài song
Vàng rơi từng sợi xuống lòng
Em gom thương nhớ vẽ giòng sông mơ

Như Không Như Có

Như không, như có người vời vợi xa
Chiều từ vô tận chiều ra
Thấy như lạ thể hôm qua chốn nào!

Đầu Tiên, Cuối Cùng

Đầu tiên tìm giữa lung linh cuối cùng
Những bàn tay giữa mênh mông
Cuối cùng em đến tận cùng đầu tiên.

22-12-2011

Chiều Ơi
(Nhạc "Gọi Với Chiều Ơi" Trần Quang Lộc phổ)

Hai tiếng chiều ơi rớt xuống lòng
Chiều là khép lại chút trông mong
Mang mặt trời đi theo nuối tiếc
Là bắt đầu đêm sâu, mắt chong

Hai tiếng chiều ơi dội thắt lòng
Chiều là vó ngựa thoáng qua song
Tay không dỗ nổi ngày thoi thóp
Để nắng vàng đi về xa không

Hai tiếng chiều ơi hiu hắt trôi
Bỏ trời đất lại một mình tôi
Nghe như bóng tối chiều xa vọng
Có bàn tay mộng với xa xôi

4-1-2012

Chủ Nhật

Em có biết, hôm nay là Chủ nhật?
Chủ nhật nên ngày cũng ngắn hơn
Nên chiều vội, và đợi chờ cũng hẫng
Và dỗi hờn mọc giữa yêu thương

8-1-2012

Xuân Trôi

Lún xuống giao thừa nhau thăm thẳm
Chìm vào hơi thở ấm mùa xuân
Ta tan giữa đất trời mê đắm
Trôi mênh mông trên giòng ái ân

22-1-2012 (Giao thừa Tân Mẹo-Nhâm Thìn)

NÀNG - TRƯƠNG ĐÌNH UYÊN

Xuân Hai Nơi

*Tháng Giêng em rộn ràng màu sắc
Gửi mùa xuân về phía hoa vàng
Thung lũng anh đông còn thiêm thiếp
Đợi em về hoa mới đón xuân sang*

2012

Khép Lại Một Ngày

*Rồi thôi khép lại một ngày,
Mây bay cuối dốc, mưa bay đỉnh trời
Chiều chia hai lối ngược xuôi
Ngược ôm nỗi nhớ, xuôi ngùi đêm mong*

29-1-2012

Mùa Xuân Ra Bến
(Nhạc "Mùa Xuân Ra Bến" Vĩnh Điện phổ)

Ra bến sáng nay hỏi xuân có lạnh,
Để quanh em, còn có một buổi chiều?
*(Những đôi mắt còn đỏ bên hiên nắng
Vời vợi bên đường tiếng bước xuân reo)*

Vâng, có nhau đâu mà mong đợi
Một mình em. Hiu hắt. Một mình em
Một mình sáng nay dõi về chiều ấy
Giọt nước mắt nào chưa khô trong tim?

Giọt nước mắt nào còn hoen trên bến
Long lanh trùng phùng, nhòe nhoẹt biệt ly
Ấm vòng tay mừng, lạnh bàn tay vẫy
Xuân về chưa mà đã để xuân đi?

Ra bến sáng nay, một chiều, tiếng bước
Gõ giữa mùa xuân gọi nắng về xưa
Hỡi con đường! Còn bao nhiêu phía trước?
Mãi cứ đi, về, xa như là mơ!

3-2-2012

Cạn

Như con lạc đà trước giờ qua sa mạc,
Ta cho nhau. Ta cho nhau. Cho nhau...
Những giọt tình tươm lên bờ khao khát
Cạn hôm nay, chất ngất đến mai sau

23-5-2012

Hạt Cát

Đông người thế kia mà biển cứ cô đơn
Nghe nụ cười em mặn hơn tiếng sóng
Để bờ này thương bờ kia lạc lõng
Hạt cát chừng xôn xốn mắt em vương

2012

Lạnh Quá Chiêm Bao

Tại em bỗng dưng đâu về
Bỗng dưng trở giấc trong mê đắm này
Để đêm chợt tỉnh chợt say
Con thuyền độc mộc trong mây xám mù
Trôi hoài, con thuyền thiên thu
Chở muôn xưa tới ngàn sau tìm mình
Chở em về dòng sông anh
Sông loanh quanh giữa thuyền loanh quanh đời
Rất xa kia bàn tay ơi
Xôn xao mộng với phía trời xôn xao

Hỏi đêm, đêm ở nơi nào
Sao nghe xa lắc chiêm bao nửa giường
Trong thoang thoảng ấy em buồn
Tay xa xôi cũng lạnh cơn mê rồi

28-5-2012

Sánh Vai Chiều

Biền biệt một ngày, yêu dấu ơi
Chiều đi hun hút phía chân trời
Môi như lạnh ngắt bên rèm mộng
Đêm cũng đêm dày bóng tối thôi

Lay khẽ nhé, kẻo chiêm bao mất dấu
Dậy đi thôi, nữa còn kịp tìm nhau
Sánh vai đời, bóng chiều ơi, muộn chút
Cho ngày dài còn thương mộng đêm sâu

10-7-2012

Mùa Thu Vẫn Xa, Vẫn Xa

Anh ngồi đây nhìn từng giờ đi qua
Mùa xuân bay cao và mùa hè cũng cạn
Mà sao mùa thu cứ xa, cứ xa
Nắng cứ rớt xuống chiều đành đoạn

Anh đi dưới từng bất chợt gió mưa
Không để hỏi sao hoa vàng quên nở
Có chiếc lá nào ngã màu ua úa
Để anh tin còn có những mùa thu.

(Những mùa thu không đi giữa heo may
Chút se lạnh đôi khi còn chưa đủ
Em cuộn thu trong vòng tay trốn ngủ
Ngoài kia trời cao bơ vơ mây bay!)

Anh ngồi đây nhìn buổi chiều qua núi
Thung lũng vội từng giọt nắng chơi vơi
Hỏi mùa thu, có thấy chiều ngồi đợi...
Chân ngày nao nao ráng đỏ lưng trời

Hỏi mùa thu có thấy ngày bối rối
Những xanh, những vàng, những về, những đi
Đôi cánh có khi quên mình mệt mỏi
Bay hoài mà không biết để làm gì

Bay hoài, bay hoài, bay về đâu em?
(Thung lũng, núi rừng, sông hồ, thảo nguyên)
Thu có hay không chiều mưa Tháng Bảy?
Sáng vẫn hẹn chiều, chiều vẫn mong đêm.

Anh vẫn mong những chiều chưa qua
Có mùa thu nào rất xa, rất xa
Mùa thu nụ lên mùa thu có thể,
Không phải xuân, thung lũng cũng vàng hoa

5-8-2012

Thương Nhớ Nửa Trăm Năm

Có phải đêm qua ta mất ngủ
Trăm năm nào về giữa sóng vô âm
Em mang đi đâu những con đường cũ
Bỏ nhớ thương nằm thương nhớ nửa trăm năm.

Em mang cả giấc mơ vừa hàm tiếu
Một phương nào xa hơn ngày mai
Nơi ngày tháng không đếm bằng phía trước
Mây ngang chiều bay lờ lững trên vai

Nên giả dụ đêm qua không mất ngủ
Ta thấy gì trong giấc mơ xưa
Bàn chân nhỏ ấy bên đời bước
Đường qua nhà em bóng ngã bơ vơ

Thuở ấy bàn tay còn chưa kịp vẫy
Kịp giã từ đâu để hẹn một ngày
Nào đã biết mặn chưa, giọt lệ?
Nên trăm năm hun hút bụi mù bay.

19-9-2012

Dặm Chiều

Có phải chiều em không nắng không?
Chiều nghênh chiều tím phía trời Đông
Em giăng đã kín chưa, mây hạ,
Sao khuất bàn tay vẫy nắng hồng?

Sao để bờ môi lặng lẽ ngày
Hoàng hôn sâu thẳm một bờ Tây
Mây em đủ kín chưa giòng lệ?
Sao rụng xuống ngàn đêm mắt cay.

Em vẫn ngồi như trăng đêm đêm
Rêu thiên thu xám bủa bên thềm
Khuyết tròn đã mấy bên non vắng
Hun hút trời xa, xa, xa thêm

Em có nghe trong mỗi khói sương
Sợi tan, giọt vỡ trắng hoàng hôn
Có những đợi chờ như đã đuối
Mà nghe, đâu đó chừng tơ vương

Thăm thẳm chiều xa mong ngày qua?
Đôi bờ đã biết mấy phong ba
Hồn em đâu bến bờ thương nhớ
Mà nghe mây khói bủa chiều xa.

Em vẫn chờ như thuở đỉnh xưa
Mắt xa, xa đủ núi xanh mờ...
Có không tiếng bước bên đời hẹn?
Vẫn trần gian vời vợi nắng mưa

Em vẫn ngồi nghe đá chuyển màu
Đông từng giọt máu đến mai sau
Vó câu nào gõ ngoài muôn dặm
Khắc khoải sườn non mộng đá đau

26-9-2012

Như Chưa Bao Giờ

Hôn em, hôn em, một ngày!
Sớm hơn mọi bữa, đủ đầy môi nhau?
Nụ say, nụ chậm, nụ đau
Chiều kia còn níu lại màu nắng mai
Cho ngày ấm lại chiều phai,
(Bỏ từng gió cuốn đã vài lá rơi).
Chút ngây thơ nào trên môi
Còn ngơ ngác thuở nụ trời đất mơ

Hôn em như chưa bao giờ
Nhuốm màu sương tuyết lên bờ tháng năm

10-1-2013

Tháng Giêng
Sương Vẫn Xám Mùa Đông

Ta dậy sớm ngày đầu năm tìm Tết
Hôn tay mình, cung chúc tân xuân
Vén cái lạnh, kéo cao rèm cửa sổ
Có đàn chim như định hót ngoài sân

Đông hưng hửng, vừa dậy vài chút nắng
Có ngang đây làm khách đầu ngày?
Vàng vẫn chưa đơm những chùm hoa lạnh
Nên Tháng Giêng thung lũng xám sương vây.

Tháng Giêng mà mùa đông vẫn dài
Vài nụ đào còn co ro chờ ai,
Đầu năm chào ta, ta chào năm mới
Nắng ngang vườn chừng quên hẹn sớm mai

(Sớm mai xuân reo bên cành hoa nở
Bầy én chao nghiêng ríu rít lưng trời
Cửa sổ chào ta, ta chào cửa sổ
Tết và em về trải nắng vàng phơi)

Ta dậy sớm co ro như nắng sớm
Sương Tháng Giêng, sương vẫn mùa đông
Giá bất chợt xuân lay cành sương rụng
Và tiếng ai như Tết gõ trong lòng...

11-2-2013

Mai Rồi Em Nhớ Hôm Nay

Thức dậy, chỗ nằm bên cạnh lạnh,
Không vòng tay hôm trước đã ru mình...
Không nụ hôn đầu ngày đánh thức
Người xa rồi, tiếng bước ngỡ đâu quanh.

Nên em nói, một mai, là thế đấy,
Một mai kia... em sẽ nhớ hôm nay
Bàn tay thầm thì vẫy bàn tay vẫy
Xa, xa dần, một cánh chim bay

Ừ, thôi cũng trống như phòng trống,
Bỏ lại mênh mông một lối về
Mênh mông đêm tối em và bóng
Hiu hắt bên song vầng trăng khuya

Nên em hỏi những khuyết tròn, tròn khuyết,
Là bao giờ... mai ấy sẽ hôm nay?
Sẽ hôm nay, rồi lại mai, em biết
Sẽ mai rồi hun hút cánh chim bay

Sẽ tay vẫy, nụ cười rưng mắt đỏ
Ngày xưa đâu, lặng lẽ nỗi đau thầm
Mỗi bước kéo cuộc đời trôi theo gió
Ngày mai đâu sao chân vội trăm năm...

8-3-2013

Lệ Xuống Xa Vời

Trưa nay xa khóc một mình
Trăm năm lăn xuống nỗi tình tội nhau
Xa từng thăm thẳm giọt đau
Như xưa bỏ bóng, như sau lạc hồn
Xa nào nâng chén vô ngôn
Cạn muôn trùng một nỗi buồn mình em
Tìm hồn, tìm bóng trong tim
Tìm nhau giữa giọt lệ chìm trưa nay
Nắng mờ ngoài kia nắng bay
Anh về sao mặn bàn tay em buồn.

18-3-2013

Tiễn Người

Trông theo, trông theo, trông theo,
Dưới hiên em đứng tiễn chiều, chiều trôi...
Vẫy tay, chợt lạnh nửa trời!

2013

Đường Xưa

Bâng khuâng giọt mưa tươi xanh
Bước xưa thầm với bóng mình ướt mưa
Bóng dài hơn đường về xưa!

2013

Bước Chiều

Mưa rơi xuống chiều, mưa rơi
Giọt mưa chợt lạnh giữa trời bơ vơ
Bước chiều qua phố ngu ngơ

2013

Gửi Nắng

Gửi em mấy giọt nắng này
Để tay nhau kịp ấm đầy đêm đông
Ngoài kia sương tuyết lên bông!

2014

Hình Như

Một ngày qua chậm, không em
Hình như đêm cũng đã đêm lâu rồi
Còn mong đợi sao, tôi ơi
Ngủ thôi, ngủ nhé mặt trời hôm qua

2014

Quạu

Nào ngày đã khép đâu em,
Sao môi chực quạu hừng lên ráng chiều...

2-5-2014

Chia Lối

Khuya nào, từ đã rất xưa,
Nên chi hun hút bên bờ trần gian.
Khuya như chia lối thiên đàng.

3-5-2014

Trông Mong

Là khuya, khuya thật, phải không?
Khuya lơ khuya lắc nỗi trông mong này!

3-5-2014

Mộng

Một mình ôm bóng đêm sâu
Nghe từng bước mộng theo nhau về buồn

2014

Lặng Lẽ Chiều Xa

Hôm qua nghe nắng mềm như nước
Lành lạnh khẽ chao nghiêng bước ai
Vẫy tay bóng rẽ đôi ngôi nắng
Chải mấy giọt chiều xanh xuống vai

Thấy mình âm u như ngày mưa
Thấy em lặng lẽ chiều xa ấy
Không nói gì, hay nói nhiều cũng vậy
Giữa nhau là im lặng xốn xang xưa

Bên bờ mùa đông bên dòng mùa hạ
Không hẹn tìm nhau mà hỏi mai nào
Nắng xuân chực giữa đời nhau úa
Như lá trên cành thu xuyến xao

Là giữa nhau còn đêm tối nhau
Lá rơi hun hút xuống mồ sâu
Mai kia mốt nọ là mai mốt
Mai mốt phải là hôm nay đâu!

19-62015

Trong Tay Nhau Đã Nghĩ Tới Ngày Mai
(Nhạc "Trong Tay Nhau Đã Nghĩ Tới Ngày Mai"
Vĩnh Điện phổ)

Mà đã nghĩ đến ngày mai, nhớ
Ôm hôm nay đâu có đủ hôm nay?
Không nước mắt sao cay từng hơi thở
Kìa, ngày mai! Đã chợt lạnh vòng tay

Mai thức dậy, đã có người đi xa,
Bỏ lại mùa đông lặng lờ trên má
Sẽ hôm nay hơi ấm rồi chợt lạ
Ngày vội qua, không níu nổi ngày qua

Sẽ sợi tóc nào vương trên áo
Mai người đi mang hôm nay theo
Đã thấy những ngày mai là thật,
Những bây giờ, đâu đó thương yêu?

Trong thinh lặng ngàn lời đóng băng
Trong yêu dấu bềnh bồng thương nhớ
Giữa nguyên vẹn nghe từng mảnh vỡ
Đường chưa xa, hồn ngập mưa giăng

Mai, không phải! Sao bây giờ, qua mau
Chừng mất hút giữa hôm qua xao xuyến
Gỡ tay ấm, lạnh bàn tay vẫy tiễn,
Đâu, đâu rồi, ta hỏi mình đâu!

4-2016

Giữa Lặng Im Đà Lạt

Lờ lững núi, lững lờ mây, trời thấp.
Đà lạt thu nghiêng nhẹ giữa ngàn thông
Chân chưa đến nghe lòng như đã đến
Suối reo đâu mà hoa cỏ bâng khuâng.

Sương và thu, giọt nào vương tóc lạnh,
Đà Lạt và em, bước giữa mây mù
Dốc xuống, dốc lên bước cao bước thấp
Gió se se trên mặt chiều thu.

Đâu phải hàng thông quên vàng tháng chín,
(Tháng chín dìu hoàng hôn xuống mông mênh)
Chút mây không che ráng chiều trên má
Đà Lạt nồng nàn trên bước chân em

Em không muốn mưa ướt thu Đà Lạt,
Để chân đời còn nhớ bước thu vương
Cứ lặng im nghe tiếng tim mình hát
Nắng cười vàng cả chiều Hồ Xuân Hương

Chiều nhẹ xuống bóng chìm trong im lặng
Dốc phố mai sau nào hẹn chân người
Đà Lạt - những đồi thông se nắng lạnh
Để bên nhau mà như xa xôi

Để ngàn xưa dội về tiếng bước,
Con dốc lặng thinh gõ nhịp tình đầy
Nghe con đường thênh thang phía trước
Tiếng bước dẫn nhau theo về thơ ngây

28-8-2016

Chiều Đi

Chiều xưa nắng xuống chiều nay
Lung linh chiếc bóng cuối ngày lung linh
Chiều đi em đứng một mình

2016

Thì Như...

Nữa mai nước mắt không còn ấm
Môi tim nhạt thếch bóng chiều phai
Thì như bia đá ngồi im lặng
Nhìn mây bay... chẳng đợi chờ ai!

2016

Tháng Tư, Sinh Nhật

Em về tháng tư tìm anh
Cội tình vạn cổ còn xanh hẹn hò
Bến mơ em đến gọi đò
Gọi tên tiền kiếp bên bờ sông xanh

Một vì sao xuống tìm anh
Oa oa tiếng khóc chào mình đổi ngôi
Bao nhiêu ghềnh thác lở bồi
Nơi anh đã đến là nơi em về.

Em đến trần gian tìm anh
Đường trăm năm ngát hương cành thiên hương
Tim xưa ủ một thiên đường
Vàng xưa một đóa hồng vườn hẹn xưa

3-4-2017

Bờ Nào?

Mai còn chút mộng em mơ
Gượng bơi giữa biển bơ vơ một mình
Bờ nào cho em còn anh?

2017

Mốt Mai

Mốt mai đâu mắt, đâu môi
Dưới hiên em đứng tiễn người, trông theo!
Mốt mai lên dốc trông chiều
Xa kia một bóng mây đìu hiu trôi

2018

Đếm Ngày

Một ngày, và đã bao ngày
Chiều xa như bóng mây bay cuối chiều

2019

Lúc Em Còn Sợ Anh Buồn

Lúc em còn sợ anh buồn
Giấu quanh giấu quẩn ngọn nguồn hôm mai
Thì xưa, thì đã, thì ai
Dấu chân sấp ngửa sóng soài thiên thu
Cát đùa bờ cạn bờ sâu
Nước về biển ngại qua cầu bơ vơ
Hình như ai đứng bên bờ
Lúc em còn sợ chiều mưa anh buồn

8-7-2022

Năm Lăm Năm Làm Thơ Yêu Em

Năm lăm năm làm thơ yêu em
Lòng chưa mỏi sao sức cùng... đã mỏi
Hỏi cuối đường chưa đi, sao vội tới
Tay tìm tay như chực lạnh đêm đêm

Nghe thời gian gõ từng nhát búa
Dội lại kiếp nào mấy thuở yêu thương
Dội tới kiếp nào cho anh trả nợ
Bước tiếp ngày mai chậm những con đường

Ngày mai rồi xa tít tận... ngày mai
Có kiếp nào cũng là hai người khác
Em đâu, anh đâu từ muôn trùng lưu lạc
Mấy mặn nồng hỏi có nhận ra ai?

Cứ tin như kiếp này chưa đủ
Để ngỡ ngàng sao ngắn quá bài thơ
Bài thơ còn bao điều chưa nói
Hẹn về đâu thì cũng chỉ mơ hồ

Nghe trăm năm nhích từng bước vội
Nhắc anh yêu từng giây phút bên em
Vòng tay lơi, lần tìm vòng tay ấm
Ngăn nước mắt nhau không ướt kịp vai mềm.

Em bỏ qua anh năm lầm mười lỡ
Mấy kiếp rồi lời hứa thả mây bay
Nếu còn có kiếp nào để hứa
Em có đợi anh đâu đó… một ngày?

Níu bóng chiều bay bàn tay chấp chới
Thấy mai kia bóng tối vọng ngàn sau
Thấy mắt em nhìn xa đâu vời vợi
Muốn nói anh nghe, nói hết, anh đâu

21-9-2022

Chơi Vơi

Không anh một mình em lên núi
Ngó rất xa, ngó rất xa và…
Này sông này trời sao và phố
Ngôi sao nào là anh, bay qua?

Không có anh em lên dốc tháp
Đếm từng bậc cấp nghẹn bàn chân
Tháp buồn hiu xa xôi tìm bóng
Anh không về, nước mắt rụng vô âm

Anh không về nhà thênh thang quá
Lên xuống ra vô ngại bốn bức tường
Hụt hẫng gối chăn ngại giường ngại chiếu
Môi mặn mắt nhòa cay khói sương

Không có anh một mình em xuống biển
Ngày như quên chiều xuống đã lâu rồi
Em muốn hẹn chút sóng xa về khóc
Cuối chân trời tiếng sóng vọng à ơi

Không anh, mình em qua cầu, lạnh
Sông vẫn trôi, về đâu, về đâu?
Ném viên sỏi xuống dòng sông cạn
Viên sỏi lặng thinh dưới đáy tim sầu

Không anh, mình em qua dốc xưa
Cuối dốc nao nao đau đầu dốc
Dốc và em buồn như muốn khóc
Từng dấu chân kỷ niệm thẫn thờ

Những con đường nắng mưa lặng lẽ
Tay lái mình em mưa tạt nắng phai
Chiếc ghế bên lạnh lùng im lặng
Không có anh em biết khóc cùng ai!

Khóc một mình, khóc cũng không vui
Bao nhiêu nước mắt mặn môi cười
Nên cứ nuốt xuống lòng từng giọt đắng
Hẹn mơ về, bóng tối lạ, chơi vơi.

6-2-2023

Một Ngày Phải Đến

...Và gì nữa, hoàng hôn mong manh,
Biển thôi còn sóng, có còn xanh?
Về đâu, thuyền có về bên hẹn
Như vần thơ chợt ghé, vô tình.

Để biển thức với buồn với vui
Hẹn sóng đưa mong đợi ra khơi
Có nỗi nhớ bồi hồi trong gió,
Nước mắt trôi mặn đến chân trời

Có thể nào đời người vĩnh cửu
E-và không ăn trái cấm xưa
Con rắn hiền khoanh cành táo ngủ
Vườn địa đàng nở đầy hoa thơ

Bởi trái cấm lỡ làm em khóc
Để cành thơ thở vội từng ngày
Con rắn bò quanh chân tháp cổ
Hỏi bao giờ chén rượu thôi cay?

Nước mắt vẫn rơi theo biển mơ
Đêm đêm giấc ngủ lạnh đôi bờ
Em biết sẽ một ngày phải đến
Chén rượu rồi mình em bơ vơ

Đã đành từng mình em bơ vơ
Vẫn biết anh loanh quanh đâu đó
Sóng vẫn reo về chân tháp cổ
Chén vẫn nồng cay mắt ai xưa.

Nhưng ngày đến, rồi em ra sao,
Anh đi xa không hẹn khi nào
Bóng tháp sóng soài trên biển vắng
Em ngồi hẹn sóng, hẹn chiêm bao.

8-3-2023

Bàn Tay

Nào xưa mắt liếc môi cười
Hỡi bàn tay ngọt dỗ người hôm nay
Cuối đời ấm lạnh bàn tay

3-4-2023

> *Những dòng chữ nghiêng là những bài đã in trong các thi tập đã xuất bản trước đây:*
>
> *Để Trăng Khuya Kịp Rót Đầy Sớm Mai*
> *Là Những Sớm Tinh Mơ*
> *Nhạc Mưa*

MỤC LỤC

- Buổi Sáng Vườn Hồng — 8
- Dốc Xưa — 9
- Mắt Xưa — 9
- Em Xưa — 10
- Lắng — 10
- Nguyễn Huệ, Mai Về — 11
- Núi Bé Người Đi Người Đến — 12
- Thất Tình Ca — 13
- Như Núi Rừng Ta Mưa — 14
- Thay Mùa — 16
- Giá Như... Thì Thôi... Đã Lỡ — 17
- Con Dốc — 19
- Tiếng Vọng — 21
- Mưa Mắt Mười Năm — 22
- Như Sương Buổi Sáng — 23
- Tiếng Thầm — 24
- Mây Xuống Ven Đời — 25
- Con Tằm — 26
- Theo Tiếng Còi Tàu — 27
- Trăng Vỡ — 28
- Có Bao Giờ — 29
- Bước Thu Đi — 30
- Giả Sử — 31
- Cuối Đường — 32
- Vẩn Vơ — 33
- Xuân Phai — 34
- Bóng Mây — 35
- Còn Lại Tiếng Mưa Rơi — 36
- Quên — 37
- Như Một Giấc Mơ — 38
- Hạ Màn — 41
- Tàn Trăng — 42
- Sau Bức Màn Nhung — 43
- Đỉnh Xuân — 44
- Hò Hẹn Bơ Vơ — 45

•Thôi Thì Thế Thôi	46
•Đường Qua Trường Xưa	47
•Sao Tôi Phải Biết	48
•Tàu Về Rồi Em Có Về Không	49
•Sẹo Ta	50
•Sao Để Ta Nằm Mơ Thấy Em	51
•Khi Em Nói Lời Cám Ơn	52
•Một Chút Ngày Xưa	53
•Tìm Lại	53
•Tìm Nhau	53
•Nụ Hôn Mùa Thu	54
•Lá Chuyển Màu	55
•Hỏi Đêm	55
•Lời Hứa	56
•Như Đã Đi	57
•Sau Những Cơn Mưa	58
•Một Ngày Trống Trải	59
•Từ Chỗ Chúng Ta	60
•Một Ngọn Đèn	61
•Khi Nào Em Ra Biển	62
•Sân Ga Ta Đến Lại Về	64
•Nhớ Một Ngày Xưa	66
•Lốc	66
•Đổi	66
•Thao Thức	67
•Giữa Khuya	68
•Nợ Nhau	69
•La Hai Chiều Nay	69
•Mây Mù Bay Đi	70
•Trái Thị	71
•Không Lối	71
•Nói Với Trái Tim	72
•Mộng Du	73
•Trái Tim Tô Thị	74
•Niềm Đau Quên Lối	75
•Hơi Thở	79
•Dù Cuối Hay Đầu	80
•Ví Đêm Sáng Mãi	81
•Theo Em	82
•Bay Về Đâu	83

- Mộ Tình Xanh — 84
- Cho Nhau — 85
- Đêm Ấy Trú Mưa — 86
- Bên Song — 87
- Đêm Sâu — 88
- Mượn — 89
- Mùa Sau — 89
- Nụ Xuân — 90
- Mộng Trần Gian — 91
- Nụ Tình — 91
- VẼ — 92
  - Mọng — 92
  - Mày Liễu — 92
  - Ngã Màu — 92
  - Cánh Hồng — 93
  - Lạc Màu — 93
  - Kẽ Mắt — 93
- Giọt Nắng Trở Màu — 94
- Hồng — 94
- Những Dấu Chân — 95
- Mốt Mai Nào Cũng Hôm Nay — 96
- Hỏi Trăng Khuya — 97
- Em Đi — 98
- Mong Manh — 99
- Như Hẹn — 99
- Tạ Ơn — 100
- Bóng Tối Và Anh — 101
- Là Đâu? — 103
- Còn Lại — 103
- Tháng Tám Bờ Đông — 103
- Mưa Còn Rơi Không Em — 104
- Lạc Bóng — 105
- Biển Bơi Theo — 106
- Cơn Mưa Rào Về Phố — 107
- Đêm Naples — 108
- Ngủ Nhé Ngàn Trùng — 109
- Đừng Tan, Sương Mù Ơi — 110
- Chập Chờn — 112
- Lòng Biển — 113
- Trên Mặt Đời Xa — 114

• Thu Phai	117
• Nhạc Mưa	118
• Hẹn Với Ngàn Đêm	120
• Không Đưa Em Về Đêm Nay	121
• Mưa Trên Thung Lũng Hoa Vàng	122
• Giữa Đêm	123
• Lá Thu	124
• Thu Phân	125
• Mưa Hẹn	126
• Cơn Mưa Dẫn Em Đi Đâu?	127
• Thơm Đẫy Sớm Mai	128
• Một Năm Mười Hai Tháng Giêng	129
• Hoa Hồng Cho Ngày Tình Nhân	129
• Mưa Phía Trời Xa	130
• Tượng Đá Nở Hoa	131
• Buổi Chiều Hoang Mang	132
• Đến	132
• Nụ Xa	133
• Mưa Từ Nơi Ấy	134
• Chiều Của Đêm Thôi	134
• Gối Phải Tay Mình	135
• Với Giấc Mơ Em	136
• Mộng Bình Yên	137
• Sớm Sớm Khuya Khuya...	138
• Lội Ngược Đêm Mưa	139
• Níu Chiều	140
• Không Phải Là Mơ	141
• Thư Chiều Mưa	142
• Em Sắp Về, Chiều Nay	143
• Gọi Nắng	144
• Hoàng Hôn Xuống Rồi	145
• Gọi Với Chiều Ơi	146
• Lục Bát 3 Câu Cho Một Ngày	147
• Hai Nửa Chiều	147
• Trông Vời	147
• Đợi	147
• Như Không Như Có	148
• Đầu Tiên, Cuối Cùng	148
• Chiều Ơi	149
• Chủ Nhật	150

•Xuân Trôi	150
•Xuân Hai Nơi	153
•Khép Lại Một Ngày	153
•Mùa Xuân Ra Bến	154
•Cạn	155
•Hạt Cát	156
•Lạnh Quá Chiêm Bao	157
•Sánh Vai Chiều	158
•Mùa Thu Vẫn Xa, Vẫn Xa	159
•Thương Nhớ Nửa Trăm Năm	161
•Dặm Chiều	162
•Như Chưa Bao Giờ	164
•Tháng Giêng Sương Vẫn Xám Mùa Đông	165
•Mai Rồi Em Nhớ Hôm Nay	166
•Lệ Xuống Xa Vời	167
•Tiễn Người	168
•Đường Xưa	168
•Bước Chiều	168
•Gửi Nắng	169
•Hình Như	169
•Quạu	169
•Chia Lối	170
•Trông Mong	170
•Mộng	170
•Lặng Lẽ Chiều Xa	171
•Trong Tay Nhau Đã Nghĩ Tới Ngày Mai	172
•Giữa Lặng Im Đà Lạt	173
•Chiều Đi	175
•Thì Như...	175
•Tháng Tư, Sinh Nhật	176
•Bờ Nào?	177
•Mốt Mai	177
•Đếm Ngày	177
•Lúc Em Còn Sợ Anh Buồn	178
•Năm Lăm Năm Làm Thơ Yêu Em	179
•Chơi Vơi	181
•Một Ngày Phải Đến	183
•Bàn Tay	185

Nhân Ảnh
2023

Liên lạc với tác giả:
Đặng Kim Côn
Email: dangkimcon@ymail.com

Liên lạc Nhà xuất bản
Nhân Ảnh
E.mail: han.le3359@gmail.com
(408) 722-5626

www.ingramcontent.com/pod-product-compliance
Lightning Source LLC
Chambersburg PA
CBHW020422010526
44118CB00010B/370